NGƯỜI BẮT
CHIM LỢN

23198

D0889094

HOÀNG NHẬT

NGƯỜI BẮT CHIM LỢN

Truyện ngắn

Phương Nam Book · NHÀ XUẤT BẢN PHỤ NỮ

Xin được gửi lời cảm ơn đến bạn Hồng Nhung, độc giả đầu tiên và nghiêm khắc nhất của tôi. Nếu không có sự động viên của bạn, chắc chẳng bao giờ cuốn sách này được hoàn thành.

Và cũng xin cảm ơn 6,999,999,998 người còn lại trên Trái Đất, mỗi người các bạn đã, đang và sẽ là nguồn cảm hứng sáng tác của tôi.

Chiếc ghế xấu hổ

Hơn mười năm chình ình trong cái nhà này, chiếc ghế chưa bao giờ có màu nào khác ngoài màu trắng tuyết và sau này là "cháo lòng" với các vết ố loang lổ do thời gian gây ra. Tôi cũng đã tính đến giả thiết vì cảm xúc đang thăng hoa nên sinh ảo giác. Tuy nhiên, chiếc ghế khốn kiếp đã chứng minh cho tôi thấy không có cái gì là ảo giác ở đây cả.

ĐÚNG VÀO DỊP KỶ NIỆM MỘT THÁNG HẸN HÒ, nàng đòi tôi kể về những người bạn gái cũ của mình. "Chỉ có sự thật, ngắn gọn súc tích, không biên tập, không kiểm duyệt nội dung người lớn", nàng đã yêu cầu như thế, không thèm để ý là chúng tôi đang ngồi trong một nhà hàng ấm cúng với đồ ăn Nhật, chứ không phải buổi họp phân công đề tài mỗi sáng thứ tư.

Thông thường còn lâu tôi mới kể, đôi khi còn hét vào mặt người nào dám yêu cầu tôi chuyện đó: "Em/mày bị điên à?". Tôi ghét nhắc lại những gì đã qua, hay nói một cách văn hoa là "Quá khứ ngu xuẩn thì đừng có luẩn quẩn cạnh tương lai tươi sáng". Nhưng trường hợp này thì khác. Thứ nhất, nàng đã rất mong đợi buổi hẹn hò này như một cột mốc đánh dấu sự phát triển của mối quan hệ. Thứ hai, đơn giản vì nàng là đồng nghiệp của tôi. Lời từ chối của tôi sẽ khiến nàng phật ý, đồng nghĩa với tình yêu đổ vỡ, để rồi chia tay nhưng vẫn phải gặp nhau hàng ngày ở tòa soạn, dẫn đến làm việc không đạt hiệu quả tốt, kết cục là bị sa thải, quay về ăn bám gia đình và tự kỷ trong xó nhà. Chỉ thoáng nghĩ đến cái vòng tròn ác nghiệt đấy thôi là bao nhiêu sợi lông trên người tôi đồng loạt dựng đứng như biểu đồ tăng giá xăng.

Vậy nên lần đầu tiên trong đời, tôi phá lệ kể lại những ký ức nham nhở, chắp vá không còn nguyên vẹn mà bộ não khốn khổ của tôi đã phải vất vả lắm mới không làm rơi vãi hết dọc con đường đời lắm ổ gà. Tuy nhiên, với tư cách là cây viết chủ lực của tạp chí *Chích Chòe*, tôi không thể cứ xổ toẹt ra rằng mình đã từng hẹn hò với bao nhiêu cô gái, quá trình cởi quần áo của từng cô ra sao. Đây chỉ là một truyện ngắn lá cải rẻ tiền, không phải phim bộ *Tao đã gặp má chúng mày như thế nào*. Thế nên, thay vì kể lể miên man về quá khứ không mấy trong lành của mình, tôi đã sắp xếp câu chuyện xoay quanh một đồ vật vô tri hiện hữu trong bất kỳ ngôi nhà nào.

"Anh nói rằng tất cả những mối tình của anh đều kết thúc vì một chiếc ghế sofa cũ rích. Chiếc ghế biết xấu hổ mỗi lần có một cô gái nằm giữa anh và nó?" Nàng nhắc lại từng từ để chắc chắn rằng mình không nghe nhầm, cộng thêm vẻ biểu cảm vô cùng sinh động trên khuôn mặt xinh xắn như muốn nói "Trông tôi giống con ngốc lắm à?".

◻

Đó chỉ là một chiếc ghế sofa bình thường như bao chiếc ghế khác thôi. Tôi đã từng nghĩ vậy, cho đến khi nó gây ra bi kịch đầu tiên trong đời tôi. Tôi vẫn còn nhớ như in buổi chiều ngày hôm đó, giữa tháng Năm dở dở ương ương, bật quạt thì lạnh mà không bật thì nóng. Đó là lần đầu tiên tôi đưa bạn gái về nhà. Mối tình đầu của tôi học khoa Báo in. Nàng có một chiếc mũi rất cao, đôi mắt sắc sảo, khóe miệng xinh tươi thốt ra toàn lời hay ý đẹp.

Buổi chiều đó cũng chính là kỷ niệm một tháng chúng tôi hẹn hò. Còn về lý do vì sao mà tôi lại để nàng ngồi ở ghế sofa phòng khách chứ không đưa lên phòng riêng thì xin được trình bày ngắn gọn như sau: Ngôi nhà của tôi được thiết kế bởi một ông kiến trúc sư theo trường phái ấn tượng, đâm ra cấu trúc cũng hơi quái đản. Nơi kín đáo nhất trong nhà là toilet, còn đâu thì thông thống từ đằng trước ra đằng sau. Hàng xóm đi qua liếc mắt một cái cũng biết cả nhà đang ăn gì. Mỗi lần muốn thay quần áo, tôi phải chui vào tủ. Cũng nhờ không gian "mở" quá đà như vậy nên mùa đông thì lạnh mà mùa hè thì nóng. Nơi có khí hậu ôn hòa nhất trong nhà chính là khoảng phòng khách. Trong cái khoảng phòng khách đó, chiếc ghế sofa là vị trí đẹp nhất vì nó nằm ngay dưới quạt trần, lại được chắn giữa cửa sổ bằng chiếc TV cà khổ, đảm bảo một sự riêng tư nhất định.

Chúng tôi yên vị trên ghế sofa. Tôi nằm dưới, nàng ngồi lên người tôi. Theo đúng tác phong báo in, nàng bắt tôi phải xác nhận hết lần này đến lần khác để chắc chắn rằng tôi thực sự nghiêm túc với mối quan hệ này. Sau khi đã đọc bản bông chán chê, không tìm thấy một lỗi chính tả nào, nàng mới quyết định mở cửa nhà in. Đó là lần đầu tiên tôi được tham quan một xưởng in. Hai chiếc máy in vĩ đại dần hiện ra sau mỗi chiếc khuy áo được cởi. Tôi ngấu nghiến đọc từng tờ báo vừa ra lò, áp chúng vào má để cảm nhận sự mềm mại của giấy mới, phồng mũi hít hà mùi mực in thơm tho sạch sẽ.

"Từ từ thôi, rách báo bây giờ." Nàng thì thầm.

Đầu thì gật nhưng tay và lưỡi của tôi lại hành động ngược lại. Thật là may mắn khi ngay lần đầu tiên vào đời đã được thưởng thức một tờ báo hoàn hảo nhường này: Bay bổng từng câu chữ, hình ảnh minh họa sống động, với những thông tin phong phú đủ để ta nghiền ngẫm từ ngày này qua tháng khác mà không biết chán.

Có lẽ do mải cuốn theo những trải nghiệm đầu đời nên cả hai chúng tôi đều không cảm nhận được sự thay đổi bất thường của chiếc ghế. Nó nóng dần lên, tỷ lệ thuận với nhiệt độ trong đầu tôi và tỷ lệ nghịch với số vải còn dính trên người nàng. Tiếp theo đó là những cơn phập phồng mà tôi cứ nghĩ là sự đàn hồi của đệm lò xo. Cuối cùng, mấy tấm đệm lót và lớp da bọc ngoài chuyển sang màu đỏ, không phải cái màu đỏ nhàn nhạt như phẩm màu rẻ tiền, mà là màu của mặt người mỗi khi xúc động mạnh, hoặc bị bóp cổ đến nghẹt thở. Hơn mười năm chình ình trong cái nhà này, chiếc ghế chưa bao giờ có màu nào khác ngoài màu trắng tuyết và sau này là "cháo lòng" với các vết ố loang lổ do thời gian gây ra. Tôi cũng đã tính đến giả thiết vì cảm xúc đang thăng hoa nên sinh ảo giác. Tuy nhiên, chiếc ghế khốn kiếp đã chứng minh cho tôi thấy không có cái gì là ảo giác ở đây cả. Lưng ghế bắt đầu kêu răng rắc, rồi như một cái bẫy chuột, nó kéo sập xuống, đúng lúc nàng đang úp hai cái máy in đồ sộ vào mặt tôi. Chúng tôi bị nuốt chửng trong con quái vật đó, nàng ra sức la hét như bị chôn sống, còn tôi chỉ biết ú ớ vì bị máy in đè ngạt thở.

Phải mất gần năm phút sau, chúng tôi mới xoay xở để chui được ra ngoài. Nàng sợ đến mức mặt cắt không còn một giọt máu.

"Chuyện quái quỷ gì đã xảy ra với cái ghế ngu ngốc này vậy?" Nàng hét lên.

Do bị thiếu oxy nên đầu óc tôi cũng choáng váng, chưa thể phân tích rõ ràng tình hình. Lẽ ra lúc đó tôi nên đổ lỗi cho một tai nạn ngoài ý muốn, nhưng thay vì thế, tôi lại phát ngôn một câu không thể chấp nhận nổi với một phóng viên tương lai:

"Chắc là cái ghế nó... xấu hổ đấy."

Xin thề rằng lúc đó nàng đã nhìn tôi như nhìn một thằng tâm thần bệnh hoạn. Theo phản xạ tự nhiên, nàng lấy tay che ngực và lùi về phía cửa ra vào.

"Xấu hổ? Tại sao nó lại phải xấu hổ?" Nàng hỏi.

Tôi biết là mình bị hớ rồi, nhưng đã lỡ phóng lao thì đành theo lao chứ biết làm sao.

"Có thể vì nó thấy bọn mình diễn cảnh tình tứ đấy, hê hê."

Kết quả sau đó thực sự vượt quá cả tình huống xấu nhất mà tôi nghĩ ra. Nàng chửi tôi là đồ lá cải thô thiển, bệnh hoạn, không đáng tin cậy.

Nhưng tội ác của chiếc ghế vẫn chưa dừng lại tại đó. Cái áo coóc-xê màu cam rực rỡ như hoàng hôn trên đảo Cô-Tô của nàng đã biến mất một cách bí ẩn. Trước đó, nàng đã cởi nó ra và nhét vào khe ghế. Nàng quả quyết nó vẫn ở trong đấy thôi, nhưng nàng thà "đầu trần" suốt quãng đường về nhà còn hơn phải đụng vào cái ghế hay bất cứ một vật gì được lôi ra từ đó. Nàng nói nàng thấy kinh sợ nó và nếu nàng bị ám ảnh suốt đời thì đó là lỗi của tôi.

Mãi đến tận bây giờ, dù chiếc ghế đã trở lại hình dạng ban đầu, tôi vẫn chưa tìm thấy cái coóc-xê đấy, dù đã soi từng khe hở, lật từng tấm đệm. Nàng Báo in của tôi thì đá tôi ngay sau đó và cặp với một thằng khoa Quảng cáo để trả thù. Hiện giờ nàng đang là thư ký tòa soạn của *Đàn Bà Ngày Nay*, trang báo mạng lá cải hàng đầu Việt Nam.

❑

Chẳng có nhiều thời gian để tôi buồn sầu, bởi chưa đầy một tháng sau, cơ hội lại một lần nữa bơi đến. Tình mới của tôi học khoa Báo phát thanh, tuy không lời hay ý đẹp bằng nàng Báo in, nhưng lại có một giọng nói êm ái như lụa Vạn Phúc và ngọt ngào như mía Kon Tum. Không giống với nàng Báo in, cái gì cũng đòi hỏi sự chắc chắn, đáng tin cậy, nàng Báo phát thanh thích những gì nhanh chóng, nóng hổi, đâm ra mới quen nhau chưa được một tuần nàng đã đòi về thăm nhà tôi.

"Em muốn bọn mình tâm sự trên cái ghế đó." Nàng chỉ thẳng vào cái ghế ma quỷ ngay khi bước chân vào nhà, còn chưa kịp cởi đôi giày cao gót bảy phân.

"Đừng chứ!" Tôi hét lên, nhưng rồi kịp hạ giọng. "Cái ghế đó cũ rồi, thỉnh thoảng chuột, gián vẫn làm tổ bên trong. Để anh đưa em lên tầng trên, nơi có một cái giường rất rộng."

"Em không quan tâm. Chiếc ghế này chắc chắn là cùng một cặp với chiếc trong phòng thu âm của trường. Từ lâu em đã ước ao được ngồi trên nó, nhưng phải là sinh viên năm ba trở lên mới được vào phòng thu." Nàng thở dài tiếc nuối, còn tôi thậm chí chẳng biết là trường mình có phòng thu âm.

Thôi thì cứ tự vả vào mặt mình mà trấn an rằng chuyện lần trước chỉ là tai nạn. Hơn nữa, giống như nàng, tôi cũng háo hức muốn tham quan phòng thu âm vừa bí ẩn vừa hấp dẫn ẩn sau lớp quần áo kia. Tuy vậy, lần này tôi ngồi chứ không nằm, để để phòng nếu có tai nạn thì còn nhảy ra kịp.

Trong lúc tôi còn chưa kịp mở miệng đong đưa, nàng đã đập uỳnh uỳnh vào mặt tôi bộ loa "năm chấm".

"Anh háo hức muốn ghé thăm phòng thu của em lắm rồi đấy." Tôi sờ soạng trong cổ áo của nàng kèm theo điệu cười vô cùng khả ố. Nào ngờ nàng kẹp chặt hai tay tôi dưới đầu gối và thì thầm: "Bình tĩnh. Anh không hiểu gì về quá trình làm báo tiếng. Trước tiên, em phải ra ngoài chạy tin, sau đó trở về nhà đài để soạn lời, cắt ghép biên tập, cuối cùng mới lên sóng."

"Giờ thì trật tự để em lấy đồ nghề tác nghiệp nào." Bằng động tác dứt khoát và thuần thục, nàng lôi chiếc micro của tôi ra, chọn một tư thế cầm thoải mái nhất và bắt đầu đưa lên miệng tác nghiệp.

Tôi chỉ muốn thốt lên rằng đây là bản tin trên đài phát thanh hay nhất từng được nghe. Thời sự – âm nhạc – giao thông – thời tiết – quảng cáo, từng nội dung cứ thay phiên nhau đi vào rồi lại đi ra màng nhĩ của tôi như chốn không người. Hóa ra nghe đài phát thanh thích hơn đọc báo giấy nhiều. Thay vì phải hì hụi lật giở từng trang báo đến toét mắt, thì tôi chỉ việc ngồi yên một chỗ để các luồng sóng âm thanh thổi vào tai mình theo một trình tự đã được lên lịch phát sóng.

Con quái vật thức tỉnh đúng lúc chương trình đến đoạn cao trào. Giống như lần trước, nó tỏa nhiệt, phập phồng như lồng ngực đang thở gấp, rồi chuyển sang màu đỏ tai tái như mặt người bị bóp cổ. Tôi rất muốn nhảy ra khỏi chiếc ghế, nhưng ngại nỗi không muốn gián đoạn bản tin đang phát sóng. Chiếc ghế rung bần bật mỗi lúc một mạnh hơn, rồi như một cái lỗ đen vũ trụ, nó hút tôi vào bên trong. Lưng tôi dính chặt vào lưng ghế cùng đống bùng nhùng đệm mút. Nàng nãy giờ vẫn say sưa tác nghiệp không biết gì, giờ mới hoảng hốt nhận ra thì đã muộn. Miệng nàng bị mắc vào micro như cá mắc câu. Trong cơn hoảng loạn, nàng cắn mạnh vào nó, khiến tôi đau đớn như thể vừa bị cắt đứt nửa người. Dùng hết sức mình, tôi vừa cố rướn người về phía trước để thoát khỏi con quái vật, vừa nắm đầu nàng mà tát lấy tát để.

Mãi đến khi đã hành hạ chúng tôi chán chê, con quái vật mới chịu nhả hai đứa ra. Tôi nằm lăn lộn dưới đất, tay ôm chặt chiếc micro đang thâm tím của mình. Nàng quỳ bất động trên sàn nhà với ánh mắt vô hồn, miệng vẫn há hốc kinh hoàng, trong khi vết bàn tay của tôi in hằn lên hai gò má.

Đó là toàn bộ câu chuyện về những mối tình đã qua của tôi, chỉ có sự thật, ngắn gọn súc tích, không biên tập, không kiểm duyệt nội dung người lớn.

▯

Bạn gái hiện tại của tôi là người thứ ba, học khoa Báo mạng, nhưng mãi sau này khi vào tòa soạn làm việc chúng tôi mới quen nhau. Được trang bị kỹ năng báo mạng nhưng lại viết báo giấy nên con người của nàng khá là mâu thuẫn, một dạng giằng xé giữa tốc độ và cẩn trọng, chính thống và lá cải. Nàng nói chưa từng cho gã đàn ông nào được chạm vào người mình, nghe khó tin hơn cả truyền thông Việt Nam.

Lý do mỗi người bạn gái của tôi lại học một khoa báo khác nhau thì xin thưa là bởi tôi học khoa PR. Thầy giáo của tôi từng dặn đi dặn lại là: "Hãy luôn giữ mối quan hệ tốt với bọn khoa báo, dù chúng có bị hôi nách, què cụt... Biết đâu một ngày nào đó các cô các cậu lại phải nịnh nọt chính những đứa đó đăng bài PR cho đấy." Giải thích ngắn gọn cho những ai chưa biết, người làm PR là những người được các tổ chức và doanh nghiệp thuê để thì thầm vào tai quần chúng nhân dân những thông tin mà hầu hết đã bị thổi phồng, khiến họ hoang mang. Lợi dụng tình cảnh hỗn loạn đó, các doanh nghiệp và tổ chức nọ sẽ thừa cơ làm ăn. Tuy nhiên, người làm PR không thể cứ ra đường túm cổ áo từng người dân, chúng tôi cần có sự trợ giúp của Báo chí – Truyền thông. May mắn cho tôi, nhờ có chút khả năng viết lách nên sau khi ra trường đã chuyển sang viết báo, chẳng phải ghé tai ai một giây phút nào trong đời.

"Anh mất bao lâu để nghĩ ra câu chuyện điên rồ đó?" Nàng ném cho tôi một cái nhìn cú vọ.

"Em muốn anh nói sự thật, không giấu giếm, anh đã chiều ý em và giờ em nghi ngờ anh." Tôi nhún vai, lăn qua lăn lại miếng sushi trong đĩa nước chấm.

"Có phải anh sắp rủ em về nhà anh, hú hí với anh trên chiếc ghế đó để kiểm chứng những gì anh nói là thật phải không?" Nàng khoanh tay lại, một tư thế tự vệ vô thức.

"Ố ồ, khoan nào", tôi đưa hai bàn tay về phía nàng ra dấu đừng vượt quá giới hạn, "chính em là người đòi được nghe quá khứ của anh, nếu có cái bẫy nào ở đây thì chính em là người giăng ra mới đúng."

Nàng xơi một miếng rau trộn, uống một ngụm nước khoáng rồi hỏi tiếp.

"Chuyện của anh và em báo phát thanh đó kết thúc thế nào?"

"Anh mất một tuần để có thể đi vệ sinh bình thường trở lại. Cô ấy thì không được may mắn thế. Sau lần đó, giọng nói của cô chẳng còn trong trẻo như trước nữa, trái lại khiến người ta sởn gai ốc. Hiện giờ cô ấy đang làm phát thanh viên cho Ủy ban nhân dân phường, chuyên đọc bản tin phổ biến kế hoạch hóa và bêu rếu những gia đình có con cái trốn nghĩa vụ quân sự." Tôi trả lời.

"Thật tội nghiệp." Nàng thở dài, nhưng nhìn nét mặt thì có vẻ nàng không thương cảm cho lắm. "Vậy là con quái vật của anh đã nuốt trôi một cái coóc-xê và một giọng nói oanh vàng. Dù chẳng tin câu chuyện của anh, nhưng em cũng tò mò muốn biết nó sẽ lấy cái gì từ em."

"Dù là cái gì, anh cũng hy vọng em có thể mua một cái khác." Tôi nháy mắt.

"Em cần tô lại son môi." Nàng xô ghế đứng dậy, quay lưng bước đi, ngúng nguẩy cặp mông tròn như bánh đúc trước mặt tôi.

Chưng hửng vì bị bỏ lại một mình, tôi xơi nốt chỗ sushi và nhìn trộm một đôi khác đang diễn cảnh tình tứ ở bàn đối diện. Họ ngồi sau lưng nàng nên tôi không nhìn thấy, giờ đây khi nàng đã rời đi, tôi có thể quan sát họ rất rõ như khán giả nhìn lên sân khấu. Gã con trai đang thọc tay trái vào sâu trong cổ áo cô gái, tay phải tìm kiếm điều gì đó dưới váy cô, trong khi hai đôi môi cứ quấn lấy nhau như sàn nhà và giẻ lau. Ánh sáng trong nhà hàng quá yếu nên tôi không dám chắc chiếc ghế sofa họ đang ngồi có phải màu đỏ tai tái của mặt người bị bóp cổ không, nhưng mặt của những người xung quanh thì đều đã chuyển thành màu đỏ hết rồi.

Văn minh xí xổm

Hơn ba mươi năm trước, một mình Gấu bố đã tự tay xây dựng nên căn nhà khang trang giữa ruộng mương hẻo lánh. Trong đó điểm nhấn đặc biệt và cũng là niềm tự hào nhất của ông chính là cái xí xổm. Đó là thứ mà những người hàng xóm lạc hậu xung quanh chưa hề biết đến hoặc biết nhưng không đủ trình độ để cắt một cái. Với ông, cái xí xổm là một phát kiến vĩ đại của nhân loại, có thể sánh ngang với bóng đèn điện của Thomas Edison hay thuyết tương đối của Einstein.

CHIỀU HÈ NẮNG CHANG CHANG, Gấu bố đang phiêu bổng trong giấc mơ hồi xuân bỗng từ đâu tiếng gọi dịu dàng như nước mắm pha chanh ớt của Gấu mẹ làm ông phải giật mình thức giấc.

"Oắt dờ heo dít gâu ging on?"[1] Ông buột mồm câu tiếng Anh trọ trẹ, dấu hiệu chưa kịp hoàn hồn về nhân gian.

"Heo cái thủ heo của ông ý". Gấu mẹ nổi giận. "Ông không mau ra mà can ngăn thằng con ông đi, nó đang vác búa chuẩn bị đập nát cái hố xí nhà mình ra kia kìa!".

---

[1] *What the hell is going on.*

"Cái gì? Thằng này lâu ngày không ăn đòn nên vật à? Mà cái hố xí có tội tình gì mà nó đòi phá?" Gấu bố hốt hoảng ôm cái bụng phệ vẫn chưa tiêu hết bia và thịt chó từ bữa nhậu lúc trưa chạy vào nhà vệ sinh.

Gấu con đang cầm một chiếc búa tạ đập bê tông đứng nhìn chằm chằm vào cái bệ xí xổm thấp lè tè, ánh mắt anh tóe lên những tia lửa đỏ như Sao Hỏa nung trong bếp than tổ ong.

Gấu bố lo cho cái thái độ bất bình thường của thằng con trai thì ít, mà lo cho số phận cái xí xổm thì nhiều. Không chỉ đơn thuần là nơi trút bầu tâm sự, nó còn là biểu tượng trụ cột của ông trong cái nhà này.

◻

Thử hỏi con người khác con vật ở điểm nào? Và tại sao chúng ta lại đứng lên thống trị địa cầu mà không phải một loài nào khác như voi ma mút, con lười hay hổ răng giáo? Đơn giản vì con người có một thứ mà các loài khác không có, đó là nền văn minh.

Khi những giống vượn người đầu tiên bước ra từ trong hang đá, vươn vai một cái rồi lại... đi vào. Họ đã có nền văn minh tối cổ.

Mười nghìn năm trước, con người biết tự canh tác lúa nước, xây dựng đê điều thủy lợi và sống định canh định cư thay cho kiếp phiêu bạt nay đây mai đó. Họ đã chuyển sang nền văn minh lúa nước.

Học sinh thời nay thay vì "tiên học lễ, hậu học văn" đã nâng cấp lên thành "oánh nó trước, phải trái tính sau", với những màn lột quần, lột áo, lột cả coóc-xê của nhau. Chúng thể hiện tinh thần chia sẻ rất cao khi rút điện thoại ra *record* lại toàn bộ màn "thượng võ" rồi *up* lên Youtube cho dân tình vào bàn tán, xã hội thì chỉ biết lên án còn bố mẹ đổ lỗi cho nhà trường. Đấy là nền văn minh 3G.

Hơn ba mươi năm trước, một mình Gấu bố đã tự tay xây dựng nên căn nhà khang trang giữa ruộng mương hẻo lánh. Trong đó điểm nhấn đặc biệt và cũng là niềm tự hào nhất của ông chính là cái xí xổm. Đó là thứ mà những người hàng xóm lạc hậu xung quanh chưa hề biết đến hoặc biết nhưng không đủ trình độ để cất một cái. Với ông, cái xí xổm là một phát kiến vĩ đại của nhân loại, có thể sánh ngang với bóng đèn điện của Thomas Edison hay thuyết tương đối của Einstein. Ông chẳng biết ai sáng chế ra nó, nhưng chắc hẳn đó phải là một người đã hết sức chịu đựng với những cái hố xí hai ngăn bốc mùi nghi ngút vào những ngày nắng, âm ỉ những ngày mưa và bung tỏa khắp đêm trăng sáng vằng vặc. Xí xổm giải phóng con người khỏi thiên nhiên hoang dã, là phát súng khơi mào cho một thế giới không có biogas, để đến thời nay mới có một ngành công nghiệp sản xuất bếp gas, các cửa hàng cung cấp gas và các bác tài chở gas phóng nhanh vượt ẩu gây ra biết bao vụ tai nạn giao thông mỗi ngày.

Ông tự hào gọi mình là một công dân tiên phong của nền văn minh xí xổm.

❏

"Giờ thì giữa cái hố xí này và con... Bố chọn đi!!!". Gấu con tức giận khi bị Gấu bố lao vào can ngăn.

"Thằng này hôm nay nóng quá nên 'ẩm' rồi hả con? Tự dưng đòi đập bể hố xí, rồi lại bắt bố mày chọn giữa mày và nó. Thế là thế nào?". Gấu bố cố giằng chiếc búa khỏi tay thằng con.

"Con đã nhẫn nhịn bao nhiêu năm nay. Mỗi khi con đề nghị, thậm chí là năn nỉ bố hãy từ bỏ cái xí xổm lỗi thời của bố để thay bằng một cái xí bệt sạch sẽ, hiện đại hơn... Con luôn ngậm ngùi im lặng mỗi khi bố ca bài ca 'các anh các chị giờ tân tiến hiện đại nên quên hết truyền thống'. Nhưng lần này tức nước vỡ bờ rồi, đến cả chị Dậu còn có lúc vùng lên. Bố quyết định đi, một là phá bỏ, hai là cứ giữ lấy nó mà chờ đến lúc cái nhà này tuyệt tự." Gấu con nức nở.

"Các anh các chị giờ hiện đại tân tiến rồi nên coi thường truyền thống lạc hậu của chúng tôi... Ơ mà sao tự nhiên lại có vấn đề tuyệt tự ở đây?" Thằng con trai bữa nay khiến Gấu bố đi hết từ thắc mắc này đến ngạc nhiên nọ.

Chỉ chờ có vậy, Gấu con mở hết những ấm ức trong lòng bấy lâu ra như thác nước tuôn trào, như mưa rào tháng bảy, như dân trẩy lộc đêm Giao thừa. Vậy là một cuộc tâm sự giữa hai người đàn ông thuộc hai thế hệ đã bắt đầu trong cái nhà vệ sinh cũ rích gạch men và hoen ố do thấm nước.

❑

Gấu con đang có ý định tiến tới hôn nhân với một cô gái. Người yêu anh xinh xắn, đôi chân dài miên man như đại lộ Thăng Long, mái tóc bồng bềnh óng mượt như vừa đi hấp dầu về, thực ra đúng là nàng hấp dầu thật.

Nếu đã tính chuyện nghiêm túc thì bắt buộc anh phải đưa nàng về thăm nhà và ra mắt bố mẹ. Không muốn nàng thất vọng khi bước chân vào ngôi nhà cũ rích xây bằng xi măng cát nên Gấu con đã phải rào đón trước rằng "nhà anh không được đẹp đẽ như tình anh".

Vậy mà cuối cùng mọi việc vẫn diễn ra vô cùng tồi tệ, vượt quá cả dự tính của anh. Khởi đầu bằng nụ cười khó hiểu của nàng khi nhìn bao quát cả ngôi nhà từ ngoài cổng. Xếp nó vào dạng cười khinh miệt thì hơi oan cho nàng, nhưng nếu là một cái cười trừ ái ngại thì cũng không hẳn. Phụ nữ vốn là một giống rất khó hiểu, nụ cười của họ còn khó hiểu gấp vạn. Như bên châu Âu có bức tranh nàng Mona Lisa, đáng giá mấy chục triệu đô la cũng chỉ bởi vì cái nhếch mép quá bí hiểm của cô người mẫu mà giới học giả đã mất hàng bao thế kỷ vẫn không cắt nghĩa nổi. Để rồi cuối cùng họ đặt ra cái giả thiết rằng Mona Lisa thực ra là đàn ông, một gã đẹp mã nào đó làm trợ lý cho Leonardo da Vinci. Từ đó họ suy đoán Leo là dân đồng tính. Các nhà khoa học là thế đấy, họ nghiên cứu cả đời để chứng minh cho một luận điểm để rồi sẵn sàng tự vả vào mồm mình nhân một ngày đẹp trời nào đó.

Nụ cười thứ hai khi nàng ngắm qua một lượt trần nhà đầy vết nấm mốc do thấm nước mỗi khi trời mưa. Nụ cười thứ ba kèm theo một cái nhíu mày khe khẽ là lúc nàng mục sở thị gian bếp tối tăm, ẩm ướt dù đã được lau dọn sạch sẽ. Mỗi lần nàng cười, anh lại toát mồ hôi trong tim còn chân tay thì run lẩy bẩy như tẩu hỏa nhập ma, trong đầu anh cứ ám ảnh cái suy nghĩ chẳng biết nàng có thất vọng với cái tổ ấm tương lai của mình hay không.

Nụ cười thứ tư, khi một con chuột vô tình chạy qua chân nàng làm gián đoạn bữa trưa lãng mạn của họ, cũng chưa làm mọi thứ trở nên nghiêm trọng. Sự việc chỉ bắt đầu tối tệ khi nàng kêu đau bụng, mà Gấu con đoán nguyên nhân là do món rau muống luộc chưa được rửa sạch. Mẹ anh vẫn thường hay nhặt rau xong rồi quên không rửa, cứ thế mà cho vào tủ lạnh, tệ hơn cả là sự đãng trí lại mang tính di truyền.

Nàng e thẹn xin phép vào nhà vệ sinh. Anh đứng dậy tận tình đưa nàng đến tận nơi, mở cửa nhà vệ sinh cho nàng. Một phần vì đó là bổn phận của đàn ông, một phần vì anh không muốn nhận thêm một nụ cười nữa khi nàng phát hiện ra bản lề ở cái cửa đã lung lay lắm rồi.

"Cái nhà vệ sinh này... dùng thế nào vậy anh?". Nàng đảo mắt một lượt, tay chỉ vào cái xí xổm thấp lè tè lát đá ong màu ngọc bích cũ xỉn. Người ngoài chắc sẽ tưởng nàng hỏi đùa, nhưng anh biết nàng sinh ra đã được hưởng "nền văn minh xí bệt", những cái xí xổm như thế này chắc nàng mới chỉ nhìn thấy trong sách giáo khoa môn sức khỏe lớp một hoặc trên kênh Discovery (Phóng sự *Loài người và sự tiến hóa của nhà vệ sinh*).

"Giống như xí bệt thôi, nhưng mà em phải... ừm... ngồi xổm". Anh tỏ ra ái ngại.

"Thế còn... giấy vệ sinh đâu?" Sắc tố trên da mặt nàng đã bắt đầu chuyển từ màu xanh sang màu xám.

Vậy là đoạn cao trào của vở bi hài kịch cũng đã đến. Như một cô giáo trẻ đỏ mặt với bài giảng giáo dục giới tính cho lũ con trai mới lớn, anh bất đắc dĩ phải giới thiệu cho nàng một "nền văn minh cổ đại" mang tên xí xổm. Phải cố gắng lắm anh mới lọc ra được những từ ngữ tế nhị nhất để giải thích rằng đường ống của xí xổm nhỏ hơn xí bệt rất nhiều, lại không có hệ thống giật nước nên không thể dùng giấy vệ sinh vì nếu vứt xuống sẽ tắc cống. Tất cả "quy trình" phải được thực hiện bằng... vòi xịt nước và ngón tay trỏ.

Sau một hồi lắng nghe bài giảng về cách sử dụng xí xổm, có trích dẫn kiến thức vệ sinh dịch tễ và lịch sử thế giới hiện đại, mặt nàng đã chuyển sang trắng bệch, dài thườn thượt như bánh dầy ngấm nước.

"Em thấy hết đau bụng rồi, bọn mình quay lại bàn ăn đi". Nàng đề nghị.

Từ đó trở đi, nàng rơi vào trạng thái im lặng đáng sợ, dù anh đã sử dụng mọi chiêu gợi chuyện. Thậm chí cả chương trình *M! Scandal (Hẹn hò cùng sao Hàn)* yêu thích của nàng cũng không thể khiến đôi môi tươi tắn kia động đậy. Phụ nữ vốn là một cái đài phát thanh chạy bằng năng lượng vĩnh cửu, luôn làm việc hết công suất bất kể ngày đẹp trời hay khi thời tiết xấu, từ Thị Nở cho đến Paris Hilton, từ chị bán rau bán cá đến bà hoàng bà chúa. Thế nên khi phụ nữ im lặng tức là tình hình đang cực kỳ tình hình. Thường những lúc như thế này, họ đang vấp phải một luồng suy tư ghê lắm, một vấn đề khiến họ phải dồn hết năng lượng từ thanh quản lên não để tập trung tìm cách giải quyết. Hoặc cũng có thể chỉ vì họ đang phật ý, đang thất vọng về một điều gì đó, một điều không được như họ tưởng, nói theo ngôn ngữ văn chương thì là vỡ mộng. Ví dụ như một cô gái đổ gục trước một chàng trai vì tính cách nhã nhặn và đứng đắn của anh ta, để rồi ngay sau khi nhận lời yêu nhau thì việc đầu tiên anh ta làm lại là sờ vào ngực cô.

So với sự im lặng bất tận này thì nụ cười khó hiểu ban nãy mới tuyệt vời làm sao, Gấu con cay đắng thầm nghĩ. Đêm đó, anh gặp ác mộng bị cuốn trôi dưới một cái xí xổm, chỉ có sự yên lặng đáng sợ bao trùm.

◻

"Bố có ý kiến thế này, đơn giản hơn nhiều mà không phải thay hố xí, đó là... mày bỏ quách con bé đấy đi. Đời này thiếu gì đàn bà đâu mà sợ ế. Con Mắm nhà bà Tép bán bún đậu đầu ngõ cũng được đấy, tuy nó chưa tốt nghiệp cấp hai, lại hay hỗn láo với người lớn, nhưng mà gặp mẹ mày thì hạt trấu cũng nấu thành gạo tám thơm con ạ". Gấu bố đưa ra "giải pháp" sau khi nghe ông con kể lể.

"Đến cái mức như thế này rồi mà bố vẫn không chịu tiếp thu. Chính vì tính bảo thủ khư khư cái cũ đấy nên bao nhiêu năm nay bố vẫn chỉ là ông nhân viên quèn, mãi chẳng leo lên nổi cái chức trưởng phòng."

"A! Giờ mày lại còn khinh cả bố mày nữa cơ à? Giỏi thật, công lao bao nhiêu năm nuôi nấng để giờ nó khinh bố nó. Mày lại quên lời dạy của thần tượng 'Bin-Gết' của mày rồi à?"

Đó là một trong những câu nói bất hủ của Bill Gates - thần tượng của Gấu con, nguyên văn là *"Bố mẹ bạn đã phải nhận lấy sự 'chán ngắt, vô vị' để đổi lấy sự trưởng thành, tân tiến của bạn ngày hôm nay"*. Tình cờ Gấu bố đọc được câu này trên một tạp chí *Công nghệ*. Ông đã viết lại theo dạng chữ thư pháp và đóng khung kính to đùng treo giữa phòng khách như biển báo Phủ Khai Phong. Mỗi khi thằng con trai gân cổ cãi bố, ông chỉ vào đó mà nhắc nhở: "Đừng cãi lời Bin-Gết".

"Thôi được rồi, đã đến mức nghĩa tử tương tàn thế này thì con cũng chẳng còn cách nào khác. Con sẽ ra ngoài thuê nhà và lấy vợ, sinh con. Những đứa cháu của bố sẽ được ngồi xí bệt và bố đừng hòng được bế chúng".

"Có giỏi thì đi luôn đi, đừng về nữa cũng được". Gấu bố mặt đỏ gay như tôm luộc, ra chiều bực tức lắm.

"Hình như bố con ông quên mất tôi rồi thì phải". Gấu mẹ đã xuất hiện từ lúc nào, đứng chen giữa hai bố con như một vị trọng tài quyền Anh ngăn cách hai võ sĩ đang hăng máu. "Tôi có cần nhắc ông nhớ rằng trong cái nhà này thì quyền lực được phân chia theo luật cờ vua không? Theo đó thì tôi - Nữ Hậu mới là người có quyền quyết định." Bà trợn mắt nhìn ông.

"Lại đến lượt bà nữa, đừng quên là hồi mới về làm vợ tôi, bà đã trầm trồ khen cái hố xí này như thế nào nhá".

"Đúng là hồi đó tôi đã hết lời khen ngợi sự tân tiến của ông, nhưng con mình nó nói cũng đúng. Mỗi thời đại mỗi khác, ông phải chấp nhận sự thật là chúng ta đã già nua, lạc hậu rồi. Hãy tiếp thu những cái mới đi. Ngày xưa ông cũng từng cãi nhau với ông nội nó vì cái hố xí hai ngăn đấy thôi."

"Ồ! Thì ra là thế, thế ra nó là vậy." Gấu con vẻ mặt tự mãn như vừa bắt quả tang phạm tội.

"Còn cả mày nữa đấy, con ạ!" Gấu mẹ đột ngột quay sang anh. "Con phải đánh giá lại chất lượng ISO 27k của con bé kia xem thế nào đi. Nếu nó thực sự yêu con, muốn sống với con cả đời thì nó sẽ không từ bỏ chỉ vì một cái xí xổm đâu."

Lời Gấu mẹ nói khiến anh thấy chột dạ.

"Em sẽ không bỏ anh chỉ vì một cái xí xổm đâu." Nàng khẳng định, đến hôm nay thì sắc mặt nàng đã hồng hào trở lại và nụ cười thì tươi như hoa.

"Thật hả?" Gấu con mừng rỡ. "Thế mà anh cứ sợ..."

"Anh sợ cái gì? Sợ em làm tắc toilet nhà anh chắc." Nàng cười lớn. "Anh không phải lo gì hết. Lúc đấy em hơi choáng thôi, lần đầu tiên nhìn thấy xí xổm mà. Nhưng không sao cả, vì em đã nghĩ ra cách giải quyết vấn đề rồi. Chỉ cần trang bị thêm một cái thùng rác thật kín là có thể dùng giấy vệ sinh vô tư mà."

Vậy mà xưa nay anh chưa hề nghĩ ra, đôi khi một rắc rối to đùng có thể giải quyết bằng một phương án thật đơn giản. Gấu con tự đập một phát rõ đau vào trán mình.

Mùa thu năm đó, gia đình nhà Gấu đón thêm một thành viên mới. Đám cưới của Gấu con và Gấu con dâu được tổ chức theo nghi lễ truyền thống, không có ông cha xứ nào hỏi họ rằng "Hai con có hứa sẽ luôn bên nhau dù giàu hay nghèo, dù khỏe mạnh hay đau ốm, dù ngồi xí bệt hay xí xổm..."

Ngôi nhà được sơn lại sạch sẽ, một vài chiếc cửa sổ được làm thêm, những gì hỏng hóc đã được sửa hoặc thay mới. Cuối cùng Gấu bố cũng chịu nhượng bộ, đập bỏ cái xí xổm - niềm tự hào cả đời của ông, để thay thế bằng một chiếc xí bệt sáng loáng. Ban đầu ông tỏ ra khó chịu, nhưng nhu cầu con người đã nhanh chóng chiến thắng tự ái đàn ông, giờ thì ông đã hoàn toàn giác ngộ "văn minh xí bệt".

Chiếc thùng rác nắp kín chưa kịp đưa vào sử dụng đã trở nên thừa thãi, nhưng Gấu mẹ vẫn đặt nó trong phòng khách, phía dưới tấm phướn *Lời dạy của Bill-Gates*, như một chiến tích đánh dấu sự chuyển giao giữa các nền văn minh.

Ba đám cưới,
một bệnh viện

*Hầu như khi bị tôi gặng hỏi, họ đều lấy cùng một lý
do: "Bọn tớ/em không thể sống thiếu nhau được nữa,
như đôi chim câu chíp mỏ trên đồng cỏ, như hoa hướng
dương cần ánh nắng, như vị đắng không thể thiếu
trong café, như Buôn Mê phải thuộc về Đắk Lắk...".
Nói tóm lại thì vẫn bản tình ca thắm thiết Yêu là
Cưới, để rồi yêu là chết tiền ông bà già vài lít, bởi khi
yêu nó thách cưới có ít đâu.*

LÀ DO TÔI QUÁ NHẠY CẢM hay bởi vì tôi đã già rồi mà vẫn
nghĩ mình xì-tin, khi cho rằng những người cùng lứa tuổi với
mình đang đua nhau lập gia đình quá sớm? Chỉ trong có tám
tháng, tôi đã rải phong bì không dưới mười lần, nỗi khổ của
người thích được quan hệ nhiều cho rộng. Trong đó phải đến
quá nửa các cặp cô dâu chú rể vẫn còn đầu xanh đầu đỏ, mong
cho mọi người ăn nhanh rồi về để vợ chồng cháu động phòng.

Hầu như khi bị tôi gặng hỏi, họ đều lấy cùng một lý do:
"Bọn tớ/em không thể sống thiếu nhau được nữa, như đôi

chim câu chíp mỏ trên đồng cỏ, như hoa hướng dương cần
ánh nắng, như vị đắng không thể thiếu trong café, như Buôn
Mê phải thuộc về Đắk Lắk...". Nói tóm lại thì vẫn bản tình ca
thắm thiết *Yêu là Cưới*, để rồi yêu là chết tiền ông bà già vài lít,
bởi khi yêu nó thách cưới có ít đâu.

Thế nhưng sau khi giai điệu *tèn ten ten ten tèn tén tèn ten*
kết thúc, những chùm bóng bay đã xịt, thùng phong bì đã chật
cứng và bốn chân giường kêu cót két... thì những xung đột bắt
đầu lộ ra. Nói đến đây tự nhiên tôi lại muốn so sánh những
đám cưới trẻ với các công trình giao thông, sử dụng một thời
gian bỗng xuất hiện vết nứt, lúc đấy có tìm nguyên nhân để
khắc phục thì mọi sự đã rồi.

Đừng nói tôi bi quan quá đà, cũng không phải tôi ghen tỵ
với hạnh phúc người ta. Đành rằng vấn đề gì cũng có hai mặt,
đấy đôi trẻ vẫn sống hạnh phúc đến đầu hói răng giả đấy thôi.
Nhưng cứ thử nghe qua câu chuyện mà tôi có dịp được làm
khán giả bất đắc dĩ sau đây, bạn sẽ hiểu vì sao tôi có cái suy
nghĩ tiêu cực đó.

Vào một ngày mây mù âm u, (Tôi thích mở bài bằng
chuyện thời tiết) thằng bạn tôi đưa vợ đến bệnh viện nơi tôi
đang thực tập để khám thai. Đúng giờ nghỉ trưa rảnh rỗi nên
nó kéo tôi ra quán trà đá vỉa hè sát cổng viện để tâm sự. Đàn
ông mở lòng nhất là khi ở trong một không gian toàn phe
mình với nhau như quán bia, quán game, và nhất là quán
trà đá. Thế nên chỉ sau vài câu góp vui, nó đã kịp "kết nạp"
thêm hai gã khác cũng đang suy tư bên đĩa hướng dương vào
cuộc tâm tình giữa những người đàn ông, dù chẳng ai quen
biết ai. Cả ba đều đã có vợ nên coi như tiền bối, được ngồi
"chiếu trên", còn tôi trai tân, người yêu còn chưa có, đành

ngậm ngùi ngồi "chiếu dưới", chỉ hóng hớt chứ không dám
xía mồm vào.

❑

Chàng trai thứ nhất hai mươi hai tuổi, anh ta có xưng tên
nhưng tôi không nhớ. Việc gì phải tốn não bộ để nhớ tên một
người mà có thể mình sẽ không bao giờ gặp lại lần nữa. Anh
ta trắng trẻo, gầy nhom và đeo kính dày cộp nên tôi gọi anh
là Trí Thức. Gia đình anh là dân gốc ở làng Láng, nơi có nghề
trồng rau húng nổi tiếng đất Hà Thành. Kinh tế phát triển,
mấy trường đại học mọc lên, bố mẹ anh phá sạch ruộng rau
để xây dãy nhà trọ cho sinh viên thuê. Trong số các sinh viên
thuê trọ có cô Ngây Thơ, xinh xắn, ăn nói ngọt ngào và hiền
hậu khiến ai nấy đều yêu quý. Trái tim Trí Thức đập loạn xạ
trước vẻ trong sáng, dịu dàng của cô sinh viên hơn mình một
tuổi. Cuối cùng anh cũng hiểu ra rằng tình yêu hấp dẫn hơn
môn toán cao cấp và vật lý đại cương. Lửa gần rơm lâu ngày
cũng bén, chén rượu đầy uống mãi cũng vơi, đôi nam nữ tài
sắc xứng đôi, trai Hà Nội gái tỉnh lẻ, "tình trong như đã, mặt
ngoài còn e". Cứ đến tối cuối tuần, Trí Thức lại nói dối sang
nhà bạn học nhóm, kỳ thực là anh ngồi tâm sự với Ngây Thơ
trong chùa Láng. Không gian tĩnh lặng, chỉ có tiếng dế kêu và
lửa ma trơi bập bùng từ nghĩa địa bên cạnh làm nhân chứng
cho tình yêu trong lành nhất thế gian của đôi bạn trẻ.

Thế rồi một hôm, khi Trí Thức vừa trở về nhà sau buổi
học bỗng thấy phụ mẫu của anh mặt đỏ gay như con tôm bị
hấp cách thủy, trong khi Ngây Thơ đang khóc lóc vang trời,
thiếu điều lăn ra giữa nhà mà giãy đành đạch. Nhìn thấy anh,
cô nói bằng giọng yếu ớt: "Anh ơi, em... hai vạch rồi".

Bầu trời bỗng nổi mưa giông, sét đánh ngang tai Trí Thức. Chẳng thể trách được đôi bạn trẻ, tình cảm nồng thắm cộng thêm "phong cảnh hữu tình" là đống nhà nghỉ nhiều như quân Nguyên trải dài khắp đường Láng khiến họ đã lỡ có giây phút yếu lòng. Mấy mụ hàng xóm thường ngày bị mẹ anh chửi nay có dịp rêu rao:

"Chiềng làng chiềng chạ
Láng Hạ Láng Trung
Con ông Rau Húng
Tên là Trí Thức
Vì ngu chơi gái
Làm nó có thai
Già trẻ gái trai
Ra mà hóng hớt".

Ngay ngày hôm sau, bố mẹ và họ hàng Ngây Thơ từ quê ùn ùn kéo lên bắt vạ, làm cả nhà Trí Thức không kịp trở tay. "Con gái tôi bị cả nhà ông bà hãm hại, giờ các người lại còn định bắt nó phá thai à? TÔI SẼ KIỆN!!!". Gia đình anh vốn từ cây húng thơm đi lên, nên rất sợ phải động đến cửa quan. Trí Thức thì vừa lành vừa đụt vừa ba phải, sẵn sàng xuống nước để được hưởng thái bình.

Ngày vu quy, anh ruột của Ngây Thơ uống rượu say lăn quay ra ngủ trên giường cưới, khiến một cuộc hỗn chiến suýt nữa nổ ra giữa gia đình hai bên.

Từ vị trí người thuê trọ leo lên làm con dâu, Ngây Thơ lộ nguyên hình là một con Hồ Ly Tinh. Viện cớ đang mang bầu, Hồ Ly chày mửa tất cả mọi việc nhà, cãi bố mẹ chồng và chửi chồng như hát hay. Bà mẹ chồng uất ức mà không làm gì được, đành quay sang giận cá chém thớt bọn sinh viên thuê trọ, ông chồng và thằng con ngu dại.

Sau chín tháng làm bà hoàng, Hồ Ly lâm bồn, hạ sinh một đứa bé da đen sì như cục than, chân tay to như khỉ đột và mặt mũi nhăn nheo như da rắn. Tóm lại là chẳng giống Trí Thức tẹo nào. Thế là bố mẹ anh khăng khăng cho rằng con mình bị "đổ vỡ". Họ đòi xét nghiệm ADN. Cô con dâu cũng chẳng phải tay vừa, sỉ nhục cả nhà chồng là một lũ nông dân, kiến thức không cao hơn ngọn rau húng mà cũng bày đặt đòi khoa học can thiệp. Tức nước vỡ bờ, chàng trai hiền lành cả đời chỉ biết học, chưa từng làm hại đến một con kiến, đã thay mặt bố mẹ dạy bảo vợ bằng một cái tát nổ tung cả Thái Dương Hệ, mặt trời mặt trăng bay lung tung không quỹ đạo. Hiện giờ cô ta vẫn đang nằm viện, miệng không ngừng rên la. Gia đình nhà gái thì dọa kiện lên Ủy ban bà mẹ và trẻ em để "thằng con rể vũ phu phải rũ tù".

Kể đến đây, Trí Thức trầm ngâm đưa cốc trà đá lên miệng, nhưng chỉ nhấp môi chứ không uống. Anh nói mình đang run sợ khi nghĩ đến cái cảnh đứng trước vành móng ngựa, bị người đời chửi bới.

◻

Chàng trai thứ hai mới hai mươi tư tuổi nhưng nhìn như ba mươi có lẻ. Không phải do lao lực vất vả, mà vì hắn chơi bời trác táng quá đà. Từ đầu đến chân hắn toát lên sự tệ nạn và suy đồi, thường chỉ có ở các thanh niên cắn thuốc lắc. Vậy nên tôi gọi hắn ta là Cơ Trưởng. Bằng một giọng ngái ngủ và đôi lúc ngáo ngơ như bị mất trí nhớ ngắn hạn, Cơ Trưởng kể về cuộc hôn nhân có một không hai của hắn.

Hắn gặp vợ mình trong một lần đi bay. Cô gái mười tám tuổi xinh đẹp, vừa nứt mắt ra đời nhanh chóng lọt vào mắt xanh chàng thiếu gia con quan lớn. Chàng rủ nàng làm một chuyến dạt nhà xuống Hải Phòng, nơi chỉ có sóng biển, anh, em và ecstasy. Sau mười ngày bay mất xác, cả hai mới chịu "tìm lại xác" về nhà vì hết tiền. Bố cô bé khi biết xuất thân của Cơ Trưởng đã tuyên bố: "Mày về bảo bố mẹ mày sang gặp tao".

Thế là đám cưới diễn ra vô cùng xa hoa với khách mời toàn các ông to bà lớn và cậu ấm cô chiêu. Cô dâu chú rể người gầy như xác ve bước đi còn không vững, nhưng vẫn cố làm cho xong thủ tục. Đêm hôm đó, cả hai "trăng mật sớm" trong một động lắc tại gia.

"Anh mà biết cưới xong có nhiều tiền thế này thì chắc anh phải lấy mấy con vợ rồi". Cơ Trưởng cười hô hố, nằm lăn lộn trên đống tiền mừng.

Cuộc sống "bình lặng" của họ cứ thế trôi đi, ngày ngủ, đêm thức đủ năm canh đi mây về gió. Cơ Trưởng dạy cho cô vợ mới lớn những kiến thức để bay ngất người: "Loại thuốc này mà cắn thì chỉ lên được mười nghìn mét so với mặt nước biển thôi, loại kia mà hít thì đảm bảo toàn ma quỷ với thần thánh hiển linh... Khi nhạc đang chơi mà nghe thấy câu 'Ế-vì-bá-đỳ-giớt-cợp-dó-hèn' thì phải vỗ tay, còn nếu 'Pút-dô-hen-in-di-ế' thì đưa cả hai tay lên trời. Nói chung phải nhớ nằm lòng rằng 'lên sàn không chỉ để bay, lên sàn còn để đưa tay lên giời'".

Bay lượn lắm cũng có ngày bị máy bay đâm, bị sao chổi quẹt phải. Trong một lần làm "khách mời hạn chế" của một tiệc lắc, Cơ Trưởng mải khua chân múa tay theo điệu nhạc "một hai ba bốn, hít thở hít thở hít thở"... trúng mặt một khách mời khác. Hắn bị anh này cùng đàn em nện cho một trận tưởng chết. Cô vợ tuổi teen phải quỳ xuống xin họ tha cho hắn, lúc này vẫn đang say thuốc, chưa hiểu vì sao bị đánh. Anh khách kia rải một đường ke từ đầu đến cuối bàn rượu và đưa cho cô một tờ một trăm đô la đã được cuộn tròn. Anh ta bắt cô phải rít hết thì mới tha.

Dù biết không đủ sức, nhưng vì sợ chồng mình bị đánh chết, cô đành đưa mũi làm liều. Nào ngờ mới "đi" được nửa chặng đường, mắt cô đã trợn tròn và miệng há hốc, đoạn ngã gục xuống đất như con bửa củi.

Thân xác của cô hiện nằm trong phòng hồi sức cấp cứu, còn linh hồn thì không biết đang phiêu du ở thế giới nào.

"Giờ em chỉ mong nó (vợ hắn) tai qua nạn khỏi. Em xin thề là em sẽ hoàn lương, trở về với xã hội". Cơ Trưởng ngậm ngùi, mắt đỏ hoe, chẳng biết do thức đêm nhiều hay do khóc.

❑

Xem ra số thằng bạn tôi vẫn còn may mắn chán. Vợ nó không dẫn nó vào đời, không láo lếu với bố mẹ nó, càng không phải dân bay. Nhưng cô ta trẻ con, vô tâm, thích hưởng thụ và có máu Hoạn Thư. Ngay từ khi bạn tôi muốn cưới con bé, các anh em chiến hữu đã can ngăn, nhưng nó chẳng những không nghe mà còn chửi chúng tôi là bọn soi mói, lũ ghen ăn tức ở.

Thôi được rồi, thích thì chiều, sau này sướng khổ gì cũng ráng mà tận hưởng.

Vợ nó hai mươi mốt, kém nó một tuổi. Cô ta xinh đẹp, eo thon và ngực bự. Từ ngày lấy cô tiểu thư cả đời chưa từng biết đến nghèo khó, bạn tôi phải cày cuốc từ sáng đến tối, đủ bảy ngày trong tuần, để kiếm tiền đáp ứng cuộc sống mà cô ta nhận xét là "tạm được". Đôi lúc chúng tôi tự hỏi không biết nó tận hưởng cô vợ trẻ đẹp vào lúc nào? Một thằng trong nhóm nhân dịp ngồi bàn nhậu, đã xuất khẩu thành thơ tặng nó:

"Vợ người khuya sớm tảo tần
Vợ tôi thức dậy lúc gần giữa trưa
Vợ người luộc cá xào dưa
Vợ tôi chỉ biết mây mưa trên giường".

Sau nửa năm tình son tưởng chết, thằng bạn tôi bắt đầu phát chán cô vợ tiểu thư chỉ biết đòi hỏi, không biết sẻ chia. Chẳng ai hiểu cho nỗi khổ đó, trừ chị sếp phòng của nó. Chị đã gần ba mươi nhưng diện mạo trẻ trung tươi tắn, vì mải lo cho sự nghiệp nên vẫn "đêm đêm liêu xiêu con đường nhỏ, cô đơn cùng với chị về". Sau vài lần tâm sự, vài lần đón đưa, vài ánh mắt hớp hồn như muốn đốt cháy đêm đông, vài cái động chạm vô tình nhưng hữu ý... mối tình phi công trẻ - máy bay bà già chợt thành hình lúc nào chẳng hay.

Tất cả vẫn dừng lại ở "đường băng", cho đến một ngày chị nổi hứng muốn "cất cánh". Chị đề nghị nó đi công tác ba ngày hai đêm ở Đà Lạt cùng chị. Thằng bạn tôi nghe xong vừa sợ vừa mừng, sợ bị cô vợ thích ghen tuông phát hiện, mừng vì... cái gì thì ai cũng biết. Thế là nó triệu tập tất cả các anh em để hỏi ý kiến xem nên "cất cánh" hay "đòi lại cuống vé".

Không quá ba giây suy nghĩ, chúng tôi đồng thanh hô vang: "Cất cánh".

Nó gói ghém đồ đạc, nói dối vợ là đi công tác Đà Nẵng với cả phòng. Vợ nó có vẻ hoài nghi, nhưng cũng chỉ dặn dò: "Honey nhớ mua mực một nắng cho em".

Ba ngày sau nó về, tâm trạng vô cùng mãn nguyện. Sực nhớ lời dặn của vợ, nó vội chạy ra chợ Bưởi mua một cân mực. Nào ngờ, cô vợ oái oăm của nó mới ngửi qua đã phán: "Đây không phải mực một nắng Đà Nẵng. Anh lừa dối tôi!!!". Thế là một trận cãi nhau long trời lở đất, đinh tai nhức óc hàng xóm diễn ra suốt từ năm giờ chiều đến mười giờ đêm. Cuối cùng, như những đôi vợ chồng vẫn làm mỗi lần xích mích, bạn tôi xách nguyên cái balo vừa đi du lịch về, sang nhà tôi ngủ nhờ một đêm. "Mực nào mà chẳng là mực. Cũng là một cái nang với mười cái râu, vẽ chuyện!". Nó lải nhải suốt đêm làm tôi không ngủ nổi.

Phải vất vả lắm tôi mới thuyết phục được thằng bạn làm lành với vợ nó. Đi về nhà được nửa tiếng, nó gọi lại cho tôi: "Ông ơi, vợ tôi nó có bầu rồi. Nó bảo chắc vì bị nghén nên thấy vị mực khác khác. Nó xin lỗi tôi ông ạ. May quá đi mất".

□

Giờ nghỉ trưa kết thúc, tôi cùng thằng bạn trở lại phòng sản để xem tình hình sức khỏe của vợ nó. "Nghe chuyện của hai thằng kia mà tôi thấm thía quá ông ơi. Từ nay xin chừa mấy vụ 'công tác' kiểu này. Vợ mình vẫn là nhất, dù vô tâm dù ngốc nghếch nhưng vợ mình vẫn hơn". Nó lau mồ hôi giữa mùa đông.

Nó còn nói thêm điều gì đó, nhưng tôi không để ý. Tôi đang mải suy nghĩ về thằng bạn học cùng khóa. Cái thằng đã cạnh tranh không biết mệt mỏi với tôi suốt sáu năm đại học, giờ tôi lại phải bon chen với hắn vị trí bác sĩ thực tập trong bệnh viện này nữa. "Hay là mình dụ hắn lấy vợ nhỉ?" Tôi trộm nghĩ. Hắn lấy vợ rồi sẽ phải sống khổ sở, sẽ không đủ sức đấu với tôi nữa.

Rút cuốn sổ trong túi áo ra, tôi viết nhanh dòng chữ: "Cách nhanh nhất để làm kẻ thù suy yếu là dụ chúng lấy vợ".

Tình công sở thật ngang trái

Bin rất muốn tỏ tình với nàng, anh muốn hét lên cho cả thế giới này biết anh yêu nàng đến mức nào. Nhưng anh vốn là một người sống nội tâm, chỉ biết dính lấy cái máy vi tính chứ không ham hố tụ tập vui chơi, nên rất nhút nhát và ngại giao tiếp. Chẳng ngạc nhiên khi gần 30 tuổi đầu mà anh chưa từng yêu ai, nay tình kéo đến ùn ùn như quân Nguyên làm Bin thấy bối rối và choáng ngợp.

TÌNH YÊU ĐÂU PHẢI LÀ VIRUS MÁY TÍNH, thế mà nó đột kích vào trái tim ta lúc nào chẳng hay.

Anh Bin đang yêu, một tình yêu sét đánh, bất ngờ như gió mùa thu chợt về, dữ dội như sóng vỗ ngoài biển khơi, mạnh mẽ như Core i7. Anh không biết mình yêu khi nào, nhưng điều đó liệu có quan trọng? Điều quan trọng là anh đang yêu, một tình yêu đơn phương, lặng thầm như lời thầm thì trên mặt hồ đêm.

Cô gái nào mà may mắn vượt qua cặp kính cận 8,5 *đi-ốp* để lọt vào cặp mắt xanh đục vì ngồi máy tính suốt ngày của Bin – một trong những lập trình viên xuất sắc nhất công ty? Hẳn nhiên không thể là những cô gái "tầm tầm bậc trung" vẫn ngày ngày lượn lờ như cá vàng trước mặt anh được. Đó chính là Tít Trần, một hotgirl vừa gia nhập đội quân Sales hùng hậu của công ty.

Lần đầu tiên Bin gặp cô cũng thật ngẫu nhiên như bò viên chấm muối. Một buổi sáng yên bình, mây vần vũ khắp nơi, sét đánh toạc bầu trời, rung giường lật chiếu, em Trang lễ tân đạp cửa xông vào phòng và trịnh trọng giới thiệu Tít Trần, nhân viên kinh doanh mới. Như thường lệ, tất cả các anh tít mắt, nuốt nước bọt ừng ục bu vào giở trò trêu ghẹo nữ nhân viên mới. Đúng lúc đó Bin vừa từ nhà vệ sinh bước ra sau khi đã "xả" xong hậu quả từ trận thịt chó tung trời tối qua. Hai ánh mắt bất chợt gặp nhau tại một điểm, cô mỉm cười với anh, còn anh sững sờ khi được nhìn ngắm người đẹp đang đứng giữa bầy chó hoang. Nàng lộng lẫy có kém gì Kim Tae Hee, nghiêng nước nghiêng thành tựa Lưu Diệc Phi, trong sáng thánh thiện như Hoàng Thùy Linh, vòng eo của nàng còn thon hơn cả con iPod Touch anh mới tậu.

Sau buổi gặp gỡ định mệnh đấy, Bin như người mất hồn. Anh code không ra hơi, anh đá Pes thua liên tục, anh dùng dầu gội đầu để đánh răng và dùng kem đánh răng để cọ toilet. Hình bóng của nàng cứ bay lượn trong đầu anh như ma trận. Những lúc lén nhìn trộm nàng qua vách ngăn bàn làm việc, thấy nàng chửi nhau với khách hàng trong điện thoại, rút guốc đánh đối tác tựa nàng tiên múa hát chốn thiên đường, càng khiến trái tim anh đập rộn ràng như rang lạc.

Bin rất muốn tỏ tình với nàng, anh muốn hét lên cho cả thế giới này biết anh yêu nàng đến mức nào. Nhưng anh vốn là một người sống nội tâm, chỉ biết dính lấy cái máy vi tính chứ không ham hố tụ tập vui chơi, nên rất nhút nhát và ngại giao tiếp. Chẳng ngạc nhiên khi gần 30 tuổi đầu mà anh chưa từng yêu ai, nay tình kéo đến ùn ùn như quân Nguyên làm Bin thấy bối rối và choáng ngợp. Sau một tuần vắt óc đến suy kiệt, cuối cùng anh nhận ra rằng cái thằng vừa xấu xí vừa khô khan lại ở bẩn như mình sẽ chẳng đời nào cưa đổ được em Tít. Thay vào đó, anh có một ý tưởng vô cùng táo bạo và điên rồ, chưa từng xảy ra trong lịch sử công ty.

Anh sẽ lập trình một phần mềm khiến nàng phải yêu anh.

□

"Này, các ông các bà biết tin gì chưa?" Dân công sở tụ tập bàn tán trong bữa ăn trưa.

"Tin gì? Lại thông tấn xã vỉa hè trực thuộc công ty truyền thông Chém gió gì đây?"

"Không hề 'chém' tý nào luôn. Thật 100%, tin cực shock. Thằng cu Bin xấu như củ ấu trên rừng cưa đổ em Tít Trần phòng Sales đấy."

"Hả? Ông bị điên à??? Làm gì có chuyện!!!" Tất cả đều đồng thanh, cơm canh mắm muối bắn khắp không trung.

Chị béo phòng Quản lý chất lượng chen vào: "Cái thằng Bin xấu nhất trần đời đấy mà cưa được em Tít vừa xinh vừa ngon á? Thời đại nào rồi còn có chuyện cổ tích."

"Bà thì xinh lắm đấy mà chê người ta? Nhỡ nó có nét duyên thầm thì sao? Đến cả bà còn lấy được chồng, cớ sao vùi dập hạnh phúc người ta?"

Trong lúc dân tình còn mải bàn ra tán vào thì Bin đang sống những ngày hạnh phúc nhất đời mình. Anh và Tít giờ tíu tít như đôi chim bồ câu chíp mỏ, sâu đậm như chim hót trong bụi mận gai, bám nhau dai như giẻ rách. Không uổng công anh thức bao đêm trường miệt mài code ra phần mềm mà anh tự hào gọi là *BinS2Tit 1.0*. Bin chỉ cần gửi nó qua e-mail cho Tít, để cô mở ra và bụp... một luồng sóng thôi miên truyền từ màn hình vào thẳng não sẽ khiến cô yêu anh ngay tắp lự. Giờ thì Bin đã có thể vênh mặt với mấy thằng đồng nghiệp vẫn hay đá đểu anh "ế bổ", các sếp tha hồ mà ghen tỵ vì bị anh nẫng tay trên mất người đẹp.

Bin và nàng bên nhau như chẳng thể rời xa, họ nhắn tin và gọi điện cho nhau suốt ngày dù chỉ ngồi cách nhau vài dãy bàn. Họ cùng ăn trưa, cùng đi dạo, cùng chơi xích đu, cùng đi chân trần dạo biển đêm ngắm ánh trăng bạc. Nhưng Tít thích nhất là cùng Bin làm... chuyện ấy. Họ làm chuyện ấy gần như cả ngày, một cách mãnh liệt, thậm chí ở ngay trên bàn làm việc, giờ nghỉ trưa, sau giờ tan sở vẫn nán lại để làm chuyện ấy, nửa đêm đang ngủ anh cũng bị nàng gọi dậy để làm tiếp. Đến mức mà Bin chịu không nổi phải thốt lên: "Tha cho anh đi em ơi, cái trò nông trại trên Facebook này có gì vui mà em cứ suốt ngày bắt anh phải vào bắt sâu với tưới nước cho vườn hoa quả của em thế?".

Nhưng như người ta thường nói, hạnh phúc thường chỉ thoáng qua, ngày vui ngắn chẳng tày gang, có ai từng yêu mà chưa đau đớn một lần, có ai từng yêu mà chưa từng khóc...

Hôm nay trông Tít có vẻ vui hơn ngày thường, vừa gặp Bin cô đã tíu tít khoe:

"Vợ mới được đổi sang con iMac, sướng quá chồng ơi, hihi."

Nào ngờ Bin vừa nghe đến từ "đổi máy" thì phun hết cả ngụm coke đang uống dở đầy mặt Tít. Anh lắp bắp hỏi:

"Cái gì? Đổi máy mới á? Thế cái máy cũ em vẫn dùng... giờ ở đâu?"

Tít ngạc nhiên trước thái độ của "chồng", cô lấy khăn vừa lau mặt vừa trả lời.

"Thì máy đấy cũ quá rồi, hiện đã chuyển sang nối với máy Scan ở chỗ cuối hành lang ý. Có chuyện gì không ổn hả chồng?"

Nhưng Bin chẳng kịp nghe hết câu, anh vội chạy ngay đến chỗ đặt máy Scan. Anh tự trách mình sao quá bất cẩn không xóa phần mềm *BinS2Tit 1.0* trong máy Tít đi, giờ thì bất cứ ai sử dụng máy Scan đều sẽ yêu anh, bất kể là nam hay nữ.

1, 2, 3, 4, 5 bản Scan có nội dung không liên quan đến nhau đã hiển thị trên máy, tức là ít nhất năm người đã bắt đầu "yêu" anh rồi. Bin cảm thấy lạnh hết sống lưng, tự nhiên một luồng gió từ đâu thổi đến báo hiệu những điều chẳng lành.

"Ôi anh Bin!!! Tình yêu của đời em!!!" Bà T-Rex hộ pháp từ đâu chạy đến, hai tay dang rộng kiểu sắp bóp chết anh đến nơi.

Chỉ kịp thét lên một tiếng thất thanh, Bin cắm đầu chạy, mặc dù chẳng bao giờ chạy bộ nhưng lần đầu tiên trong đời anh đã chạy bán sống bán chết. Trên đường bỏ trốn, lần lượt em Kitty phòng Test, Trang lễ tân cũng nối đuôi theo T-Rex rồng rắn dồn Bin chạy quanh công ty.

"Thế này là thế nào, anh Bin? Sao anh dám nói chỉ yêu mình tôi?" Tít không tin vào mắt mình, trái tim cô như xát muối.

"Bin dối trá! Anh hứa yêu tôi thế mà lại cặp kè với con bé bụng lép ngực sưng này à?" Bà T-Rex quát bắn cả nước bọt vào mặt anh.

"Tình yêu em trao anh không mang dối gian, vậy mà sao anh nỡ xua tan hỡi người?" Trang lễ tân ngân ngấn lệ.

Sau một hồi cãi nhau ỏm tỏi, cuối cùng tất cả nhất trí sẽ "từ bỏ gã sở khanh phụ bạc dù tình vẫn còn thắm".

Mệt nhoài trở lại bàn làm việc, Bin ngồi phịch xuống ghế không còn một chút sức lực. Giờ anh mới thấy hối hận vì đã lừa dối Tít, nàng bỏ rơi anh là đáng đời. Lẽ ra, anh phải có đủ bản lĩnh để chinh phục nàng một cách đường hoàng, có lẽ sẽ không bị kết cục buồn như thế này.

❑

Cũng may là không ai biết đến sự kiện động trời trên, các đồng nghiệp của anh quá bận rộn với hàng tỷ vụ xì-căng-đan mới mỗi ngày nên những gì thuộc về ngày hôm qua đã rơi vào quên lãng. Bin tự hứa với lòng mình sẽ sống thành thật hơn, thế nên ngay ngày hôm sau, khi vừa tới công ty, việc đầu tiên anh làm là xóa bỏ *BinS2Tit 1.0*, dù anh đã rất vất vả mới lập trình được nó.

Đúng lúc đó thì em Trang lễ tân lại đạp cửa cái rầm xổng xộc vào phòng như mọi khi.

"Giới thiệu với các anh dê cụ, đây là em Tít Nguyễn, nhân viên kinh doanh mới vào thay em Tít Trần vừa nghỉ việc."

Bin nhìn cô nhân viên mới, hai ánh mắt lại đâm thẳng vào nhau. Rất nhanh, anh bấm nút khôi phục lại phần mềm "con cưng" của mình.

Đúng là sự xấu xa, đã dính vào một lần thì sẽ nghiện. Trong đầu anh bỗng lóe lên cái tên *BinS2Tit 1.1*

Tháng ông Kẹ

Tôi đã ở đây rồi, trong bộ đồ lịch lãm với áo sơ mi, cà vạt sọc chéo, vest đen, quần âu và giày da bóng lộn đến nỗi có thể phản chiếu ánh mặt trời. Mỗi khi khoác lên người bộ cánh trang trọng, tôi lại có cảm giác mình là một nhân viên tiếp thị lừa đảo đang cố bán món hàng nhái kém chất lượng cho những người nhẹ dạ. Tôi là thứ tệ nhất trong đám cưới này, còn lại đều ổn: Nhà trai, nhà gái tươi cười, các món ăn hấp dẫn nóng hổi, khăn trải bàn sạch trắng tinh, những chiếc cốc trong suốt không một vết bụi, người lớn thì đạo mạo còn người trẻ thì xinh đẹp.

CÓ HAI ĐIỀU TRONG THÁNG MƯỜI MỘT MÀ TÔI RẤT GHÉT. Thứ nhất là những cơn mưa rào lạnh buốt sống lưng, thứ hai là các đám cưới.

Những cơn mưa tháng mười một luôn đến bất chợt như thiệp mừng báo cưới, còn các đám cưới thì nhàm chán và phiền toái chẳng kém những cơn mưa.

Nói như vậy không có nghĩa là tôi ghét tất cả các đám cưới. Tôi vẫn hào hứng và thoải mái nếu đó là ngày vui của người nhà, bạn bè thân thiết, chứ không phải những người-tỷ-năm-không-gặp-bỗng-một-ngày-hớn-hở-xuất-hiện-để-đưa-thiệp-mừng. Có lần một thằng bạn học thời cấp ba rất lâu không gặp bỗng dưng đến tận nhà thăm hỏi tôi. Nó ngồi ăn bánh uống trà và ôn lại chuyện xưa với tôi tới tận mười giờ tối mới chịu đứng dậy. Bước chân ra đến cổng rồi nó quay lại vỗ vai tôi: "Tí quên, mai tao cưới. Mày qua dự cho vui nhé, thiệp đây."

Đám cưới tôi dự hôm nay không thuộc về mối quan hệ nào trong đống dây nhợ trên. Nó ở một trường phái khác, một thứ quan hệ khác mà không từ nào trong *Từ điển tiếng Việt* có thể miêu tả chính xác. Cách duy nhất là giải thích dần dần bằng những câu văn dài lê thê, tránh không sử dụng dấu ngoặc kép hoặc phép ẩn dụ vì dễ khiến người ta hiểu nhầm. Chẳng có gì oan gia bằng hiểu nhầm mối quan hệ giữa cô dâu và khách mời.

Cô dâu là một người bạn thời đại học của tôi, tuy không cùng lớp nhưng đều là thành viên hội yêu thích nhiếp ảnh. Thời đó, thế giới của chúng tôi là một vòng tròn hoàn hảo được nối bằng những cột mốc học – vui chơi – chụp ảnh – mơ mộng hão huyền. Những gì xảy ra ngoài vòng tròn đó đều là những khái niệm rất mơ hồ mà chúng tôi không quan tâm, căng-tin trường nhỏ bé nhưng lúc nào cũng thơm nức mùi mì úp với xúc xích là đủ cho tất cả chúng tôi rồi.

Tôi đã phải lòng cô, dù cô không có gì nổi bật cho lắm. Bản tính ít nói, sống nội tâm và hiền lành của cô trái ngược hoàn toàn với sự nổi loạn, hiếu thắng của tôi. Hai thái cực trái chiều thì luôn luôn hút nhau. Tiếc rằng trong trường hợp này chỉ có tôi bị hút về phía cô, còn ở chiều ngược lại, cô hoàn toàn chẳng có chút tình cảm gì với tôi. Đây không phải lần đầu tiên tôi bị từ chối, nên nỗi buồn cũng chỉ nhẹ nhàng như vừa *fail* một bài kiểm tra mười lăm phút.

Đến năm thứ hai thì tôi bỏ học. Nhiều người hỏi lý do. Tôi trả lời rằng: "Giữa nền giáo dục bậc đại học và tôi không có được sự đồng điệu". Giống như một đôi bạn nhảy không ăn ý, tôi và nó luôn lệch nhịp với nhau, giẫm vào chân nhau, chúng tôi là đôi bạn nhảy tồi nhất trong mọi buổi khiêu vũ.

Sau khi bảo lưu việc học, tôi phiêu bạt từ Bắc vào Nam, không có một đích đến cố định nào, đi riết đi hoài cho đến lúc tìm được công việc thích hợp với mình: phóng viên mảng xã hội, chuyên đề tài *cướp-hiếp-giết*.

Thỉnh thoảng chúng tôi vẫn gặp nhau chớp nhoáng, chỉ kịp hỏi thăm vài câu xã giao rồi lại mỗi người một việc. Đùng một cái, cô gọi điện cho tôi, thông báo rằng cô sắp lấy chồng vào ngày này, ở khách sạn này, thậm chí tên chú rể tôi cũng không biết. Cô chưa từng nhắc đến bạn trai, chứ đừng nói là kết hôn.

Xin cam đoan rằng tôi chẳng còn chút tình cảm đặc biệt nào dành cho cô. Thế nhưng lúc cô thông báo cái tin đó, tự dưng một lớp sương mù vây kín lấy tôi như khung cảnh một buổi sáng sớm tháng mười một vừa lạnh vừa ảm đạm. Bình tĩnh hít vào và thở ra, nghĩ đến một câu chuyện cười tục tĩu nào đó, tôi nhanh chóng tĩnh lại cái tâm đang dao động của mình. Chẳng có gì hết, chỉ là một vài kỷ niệm xưa cũ ùa về. Tôi tự trấn an.

Chắc cô cũng có đôi chút khó xử khi quyết định có mời tôi hay không. Xét về mặt nổi, tôi đã từng là một người bạn thân thiết của cô, nhưng khoảng thời gian chúng tôi gặp nhau trong ba năm qua nếu gộp lại cũng chưa đủ để nghe trọn một album của Black Eyed Peas. Cô hoàn toàn có thể gạch một đường bút bi lên tên tôi trong danh sách khách mời mà chẳng cần đắn đo nhiều. Nhưng ở mặt chìm, có thể cô nghĩ rằng nếu không mời tôi thì thật là không phải. Dù sao đi nữa, tôi cũng đã ở đây rồi.

Tôi đã ở đây rồi, trong bộ đồ lịch lãm với áo sơ mi, cà vạt sọc chéo, vest đen, quần âu và giày da bóng lộn đến nỗi có thể phản chiếu ánh mặt trời. Mỗi khi khoác lên người bộ cánh trang trọng, tôi lại có cảm giác mình là một nhân viên tiếp thị lừa đảo đang cố bán món hàng nhái kém chất lượng cho những người nhẹ dạ. Tôi là thứ tệ nhất trong đám cưới này, còn lại đều ổn: Nhà trai, nhà gái tươi cười, các món ăn hấp dẫn nóng hổi, khăn trải bàn sạch trắng tinh, những chiếc cốc trong suốt không một vết bụi, người lớn thì đạo mạo còn người trẻ thì xinh đẹp.

Trong lúc người chủ trì hôn lễ phát biểu, tôi được xếp chung bàn với năm người nữa, cùng lứa tuổi với tôi hoặc già hơn. Tính cả tôi thì có ba người đàn ông trong bàn này. Một gã tầm ba mươi tuổi lầm lì chẳng nói một câu nào, đi cùng với cô vợ đang mang bầu. Một tay công tử bột trắng trẻo và xinh trai đến mức nhìn qua đã biết là gay. Gã thứ nhất dường như quá lạnh lùng để tỏ ra ga-lăng, gã thứ hai thì có lẽ tự cho phép mình đứng ngang hàng với phụ nữ. Vậy là chỉ còn tôi múc từng bát súp cho các quý cô, thật chậm rãi và không quên khuyến mãi mỗi người một nụ cười. Tôi chẳng dám nhận mình là người ga-lăng gì cho cam, nhưng tôi biết bổn phận của đàn ông là làm cho phụ nữ thấy mình được chiều chuộng. Cũng nhờ một hành động nhỏ đó mà cô gái trẻ trung và xinh xắn nhất bàn bắt đầu dành cho tôi những cái nhìn thiện cảm. Cô để tóc xoăn nhuộm đỏ rất sành điệu, trang điểm nhẹ, sở hữu đôi môi chín mọng đáng thèm muốn và ăn mặc như một diễn viên Hàn Quốc.

"Công việc của anh là gì?" Cô hỏi trong khi tôi lột vỏ một con tôm hấp to bằng ngón tay.

"Anh là ông Kẹ." Tôi trả lời, đặt con tôm đã trần như nhộng vào bát của cô.

"Anh là thầy giáo à?"

"Tại sao em nghĩ thầy giáo là ông Kẹ?"

"Em chẳng biết. Ông Kẹ là thứ làm người ta sợ. Em sợ các giáo viên nam. Từ khi học cấp hai cho đến đại học, em luôn bị họ làm phiền, quấy rối bằng cách này hay cách khác. Ông thầy dạy vật lý lớp mười hai của em đã bị đuổi việc trong khi chỉ còn hai năm nữa là nghỉ hưu. Gia đình em kiện ông ta vì dám vỗ mông em lúc em đang làm bài tập trên bảng." Cô đưa con tôm vào miệng, cắn nó thành ba miếng trước khi nhai.

Tôi nhìn cô kỹ hơn, chẳng trách mà mấy ông thầy thiếu bản lĩnh không giữ được bình tĩnh trước cô. Bộ ngực đầy đặn hấp dẫn, vòng eo thon gọn và cặp mông săn chắc uốn thân hình cô thành một chữ S đầy gợi cảm. Tôi đoán là cô đã dậy thì rất sớm.

"Em nghĩ như vậy cũng được. Suy cho cùng, khái niệm về ông Kẹ là một cái gì đó rất mơ hồ. Anh hy vọng em chỉ ghét những thầy giáo muggle, vì anh muốn trích lời ông thầy Lupin trong truyện Harry Potter rằng: 'Chưa từng có ai nhìn thấy ông Kẹ lúc nó ở một mình, nó biết được người ta sợ cái gì nhất và biến thành cái đó để dọa người ta.' Như trường hợp của em, nó là ông thầy dạy vật lý với đôi mắt cú vọ." Tôi diễn giải.

"Thế nếu gặp anh, ông Kẹ sẽ biến thành cái gì?" Cô hỏi.

"Em không nghe kỹ lời anh nói rồi. Anh không sợ ông Kẹ. Anh chính là ông Kẹ." Tôi trả lời.

Cô đang định tiếp lời, nhưng đúng lúc đó cả hội trường ngừng ăn vì chú rể đã bắt đầu phát biểu. Một bài phát biểu dài lê thê để cảm ơn những bậc sinh thành ra chú rể đẹp trai, cô dâu xinh gái, lời hứa chắc như đinh đóng cột đóng kèo sẽ yêu thương nhau đến khi phải mua răng giả và bỉm cho người già. Sau đó chú rể dành tặng một bài hát cho cô dâu. Giọng hát quá tệ, nhưng ít nhất người ta cũng cảm nhận được tấm chân tình trong đó.

"Bài hát hay nhỉ. Anh có biết tên không?" Cô hỏi, không quên gắp cho tôi một miếng mộc nhĩ từ bát canh thập cẩm.

"*Breathless* của Shayne Ward. Bất cứ ai từng yêu đều biết bài này". Tôi ngân nga đoạn điệp khúc, âm lượng vừa đủ để cô nghe. "*You leave me breathless; You're everything good in my life; You leave me breathless; I still can't believe that you're mine...*"

"Vậy là em chưa từng yêu ai rồi." Cô giả bộ thất vọng, rồi lại nở một nụ cười rất giả nai.

"Trở lại câu chuyện ban nãy đi. Bọn mình đang dừng lại ở đoạn nào nhỉ?" Cô hỏi.

Tôi xoay chiếc mâm thủy tinh khổng lồ đến khi món cá chép om dưa đã ở trước mặt.

"Đến đoạn anh chính là ông Kẹ." Tôi nói.

"Anh đừng phát biểu linh tinh. Hồi bé bà em hay dọa rằng không được vô lễ với ông Kẹ, nếu không ông sẽ hiện ra và dọa cho cháu chết khiếp đấy." Cô dùng tay vỗ vỗ hai bên má của mình, khiến tôi liên tưởng đến đứa bé trong bộ phim hoạt hình *Despicable Me*.

"Nếu em đã biết rằng bà chỉ dọa, tại sao em lại phải sợ nhỉ?" Tôi thể hiện sự thờ ơ bằng cách gắp một miếng thịt cá chép.

"Thế rốt cuộc anh làm nghề gì?"

"Anh mang nỗi sợ hãi đến cho cả thế giới này. Anh là phóng viên mảng xã hội, chuyên săn tin về các vụ giết người man rợ, hiếp dâm dã man vô nhân tính, cướp bóc tàn nhẫn... Ngày nào anh cũng hù dọa người ta bằng những bản tin đó, khiến họ nghĩ rằng thế giới này đã quay lại thời tiền sử, rằng Hannibal Lecter, Michael Myers, Jigsaw, Lê Văn Luyện đang nhởn nhơ đầy rẫy ngoài đường." Tôi trả lời.

"Vậy là anh không thích công việc của mình?" Có lẽ vì thấy tôi ăn món cá quá ngon lành nên cô quyết định thử vài miếng. Cô rút từng miếng xương cá, soi xét thật kỹ rồi mới đưa lên miệng.

"Thực ra anh thích viết về tình yêu, gia đình, cuộc sống, những thứ nhân văn và khiến người ta muốn đọc hơn. Nhưng trong thời buổi đi ba bước lại vấp phải một tờ báo điện tử như bây giờ, em phải cạnh tranh khốc liệt mới có cơm ăn. Đừng hỏi vì sao báo chí ngày càng lá cải, tất cả cũng chỉ vì một chữ tiền." Tôi giải thích, hơi chột dạ vì tự dưng lại đi phê phán công việc của mình, điều này khiến tôi trở nên quá thật thà. Chỉ có kẻ ngốc mới thật thà.

"Em vẫn chưa biết anh làm cho báo nào."

Tôi đưa cho cô danh thiếp của tôi.

"Đây là báo dành cho phụ nữ." Cô nói sau khi ngắm nghía nó một hồi, lật cả hai mặt. "Em tin rằng tòa soạn của những báo này đầy ắp phóng viên nữ và gay. Anh có phải là gay không?"

"Nếu bị gay, anh sẽ không nói chuyện với em, mà chuyển qua anh chàng da trắng môi hồng ban nãy còn phụng phịu vì không được anh múc súp cho kia." Tôi ghé sát vào tai cô thì thầm. Cô nén cười, trộm liếc tay công tử bột đang vật lộn với con tôm hấp.

"Hãy nói về em đi." Tôi chuyển đề tài.

"Em vừa tốt nghiệp khoa Tài chính quản trị và đang thử việc ở một công ty về công nghệ thông tin."

Đó chính là khoa mà cô dâu đang làm giảng viên, hóa ra là sinh viên đến dự đám cưới cô giáo.

"Em thích công việc đó chứ?" Tôi hỏi.

"Chán lắm. Người ta biết em chưa có kinh nghiệm nên chẳng giao cho việc gì quan trọng. Đồng nghiệp nam thì suốt ngày nhắn tin tán tỉnh em, đồng nghiệp nữ thì ghét em ra mặt." Cô thở dài. Những ai không biết chắc sẽ nghĩ cô đang chê món thịt bò xào súp lơ và chả cá bày đẹp đẽ trên chiếc mâm xoay bằng kính.

Tôi hiểu tâm trạng của cô. Thời mới bỏ học, tôi cũng bước vào đời với một trái tim liều lĩnh và những dự định lớn hơn cả sao Mộc. Nhưng mọi thứ sớm sụp đổ như đế chế La Mã, khi tôi ngộ ra rằng để có tiền ta phải làm những công việc mình ghét, và nếu muốn làm những gì mình thích thì ta phải có tiền. Hai nghịch lý đó cứ xoay vòng quanh nhau như trò đuổi bắt, làm cho đời tôi vẫn luẩn quẩn đến tận bây giờ. Nhưng tôi sẽ không làm nhụt chí của cô bằng cách kể ra những trò đời khốn nạn mà tôi từng chứng kiến. Ít nhất thì cô vẫn sẽ giữ vững niềm tin và lăng kính màu hồng thêm một, hai năm nữa, trước khi cô chán nản từ bỏ tất cả, lấy một thằng chồng vô tích sự nhưng nhà giàu, và cô sống hạnh phúc *có thời hạn* về sau.

Tiếng bát đũa chạm vào nhau và tiếng người trò chuyện ồn ào kéo tôi trở lại với gian phòng rộng rãi của khách sạn. Cô gái của tôi đang nói chuyện với ai đó bằng chiếc điện thoại iPhone 4 bọc ngoài vỏ màu vàng có tai thỏ rất xì-tin. Tôi tranh thủ cầm cốc bia của mình đi dạo một vòng các bàn, cụng ly với tất cả những người tôi biết, chủ yếu là bạn bè thời đại học và các giáo viên cũ. Người đã có gia đình, người vẫn độc thân, người thành đạt và cả những kẻ thất bại. Tất cả đều đã khoác lên mình một chiếc mặt nạ che giấu con người thật của họ, chỉ còn sự nhàn nhạt giả tạo lẩn khuất trong không khí.

Tôi cũng vậy thôi.

Khi tôi trở lại bàn, cô đang update một status mới lên Facebook.

"Hình như anh từng học trường em phải không?" Cô hỏi, sau khi thấy tôi cụng ly với gần như tất cả giáo viên.

"Anh học đến năm thứ hai thì nghỉ."

"Tại sao vậy?"

Tôi kể cho cô nghe về đôi bạn nhảy lệch nhịp.

"Chẳng trách được anh. Em cũng phải cố gắng lắm mới tốt nghiệp được. Đôi khi em tự hỏi mình học cho mình hay bố mẹ mình." Cô thở dài như một bà cụ sáu mươi tuổi ngồi trước thềm nhà một ngày mưa bão, với chiếc iPhone 4 không vào được 3G.

"Được học hành tử tế vẫn hơn đấy, anh cũng bắt đầu hối hận vì đã nghỉ giữa chừng rồi. Sớm muộn anh cũng phải quay lại đó để hoàn thành những gì còn dang dở." Tôi nói.

"Tại sao vậy?" Cô gái này có vẻ muốn biết mọi điều trên thế gian thì phải.

"Vì sau nhiều năm đi làm cho gần hai mươi công ty, em sẽ ngộ ra rằng không được học hành tử tế giống như bước vào một thị trấn đầy thổ phỉ nhưng lại không có một khẩu súng để phòng thân. Cả thế giới này quan niệm như vậy, người duy nhất dám chống lại cả thế giới chỉ có Tupac, và ông ta cũng đã chết vì bốn phát đạn."

"Anh nói hệt như bố mẹ em. Mày phải thế này, mày phải thế kia, cả thế giới người ta làm thế thì cứ theo đi, đừng có chơi trội." Cô phẩy tay, suýt làm đổ ly coke. "Bố mẹ cho phép em bay nhảy thoải mái, nhưng cuối cùng vẫn phải vào một công ty nhà nước làm cho ổn định."

Món tráng miệng đã được đưa ra: dưa hấu xắt lát, bưởi bóc sẵn từng múi, táo và dứa.

"Em thích công việc như thế nào?" Tôi bốc một miếng táo.

"Em không biết." Cô nói. Tôi đã đoán được câu trả lời này từ trước khi hỏi.

"Vậy thì đừng chê trách gì bố mẹ nữa nhé!"

Cô bĩu môi.

Cô dâu và chú rể đã đi đến bàn của chúng tôi để chúc rượu. Tất cả mọi người đứng dậy cùng nâng cốc. Mỗi người góp một câu khiến lỗ tai tôi lùng bùng chẳng nghe rõ gì hết, nhưng chắc là những lời chúc hạnh phúc. Sau cùng tất cả "Dzô" một tiếng thật lớn rồi uống.

Cảm giác vừa nốc cạn cốc bia lạnh buốt vừa nhìn một người bạn cùng thế hệ mặc đồ cưới thật là khó tả.

"Em phải về thôi." Cô soi mình trong chiếc gương nhỏ hình vuông để đánh lại son. Tôi lén nhìn ngực cô trong khoảng ba giây.

Xung quanh, mọi người cũng đã bắt đầu đứng dậy. Đây chính là điểm khác biệt giữa đám cưới và rạp chiếu phim. Một bộ phim hay có thể khiến người ta ở lại đến phút cuối, nhưng đám cưới dù có vui vẻ mấy thì cũng sẽ sớm giải tán khi mà hai họ còn chưa kịp đứng lên nói lời cảm ơn.

"Nhưng mà này, em vẫn thắc mắc, ông Kẹ của anh sẽ có hình dạng như thế nào. Chẳng nhẽ anh không sợ một điều gì sao?" Cô đưa tay vân vê chiếc cằm nhỏ xinh, ra vẻ suy tư.

"Thực ra anh cũng sợ nhiều thứ lắm chứ. Sợ bị thất nghiệp, sợ chết, sợ tắc đường, sợ một sáng tỉnh dậy không nhận ra mình là ai nữa... Nhưng ông Kẹ sao có thể biến thành những thứ mang tính trừu tượng như thế được?" Tôi nhún vai.

"Sống mà chẳng có nổi một nỗi sợ cụ thể như anh thì cũng chán chết." Rõ ràng là cô không thấy thỏa mãn với câu trả lời của tôi.

"Hay là thế này đi. Em cho anh số điện thoại của em. Khi nào nghĩ ra câu trả lời, anh sẽ gọi." Tôi đề nghị. Giá mà tôi có thể nhìn thấy bộ mặt của chính mình mỗi khi nói câu này với phụ nữ.

Ban đầu, cô có vẻ hơi đắn đo, như đứa trẻ lưỡng lự không biết nên ở nhà ngủ trưa hay trốn mẹ đi chơi với chúng bạn. Tuy vậy, cuối cùng cô vẫn đồng ý kèm một điều kiện quá dễ với tôi.

"Bình thường em không có thói quen cho người lạ số điện thoại. Nhưng nếu anh có thể cùng em đọc câu thần chú vô hiệu hóa ông Kẹ thì em sẽ xem xét việc để anh gia nhập *Đội quân Dumbledore*."

"Được thôi." Tôi trả lời tỉnh queo rồi cầm lấy một đôi đũa sạch trên bàn, đưa một chiếc cho cô, giữ lại chiếc kia cho mình. Sau đó, như một màn trình diễn phối hợp đồng đội không cần luyện tập trước, cả hai cùng hướng đũa về phía nhau và hô: *"Kỳ cà kỳ cục."*

Chúng tôi phá lên cười, mặc kệ cái nhìn kỳ thị của một số người bàn bên cạnh.

Cô đọc số điện thoại để tôi lưu vào máy. Tôi nháy máy lại cho cô.

"Nhớ đấy nhé. Chỉ khi nào anh-tìm-ra-câu-trả-lời-hợp-lý-nhất thì hẵng gọi cho em." Cô nhấn mạnh lần nữa.

"Thỏa thuận thế đi." Tôi đưa ngón tay trỏ ra hiệu.

Khi tôi rời khỏi "rạp chiếu phim", bầu trời đã tối đen và mưa bắt đầu nặng hạt. Những hạt mưa trong suốt, mỏng manh chỉ được nhìn thấy dưới ánh đèn cao áp. Mặt đường ẩm ướt và sáng trưng bởi nước mưa. Hôm nay là thứ bảy, mọi người đổ ra đường để đi đến một nơi nào đó, làm một điều gì đó, cưới một ai đó.

Những cơn mưa đầu tiên của tháng mười một đã đến.

Đặc khu mười ba
và ông Thần Đèn

*Nhờ sức mạnh của trà hảo hạng và ngực thiếu nữ nên
đúng canh tư gà gáy hôm sau, tờ* Chim Bìm Bịp *số
mới nhất đã chềnh ênh ngay trang nhất cái tít to vật
vã: "Kinh hoàng nhà chung cư nghiêng sáu mươi độ".
Chưa bao giờ thấy cư dân Đặc khu mười ba háo hức với
thông tin đại chúng đến như vậy.*

PHÓNG VIÊN CÚN ĐANG TRÊN ĐƯỜNG VỀ NHÀ sau một
ngày chạy tin đến rụng cả chân. Ánh đèn cao áp phản chiếu cái
bóng xiêu vẹo vì mệt mỏi của cô xuống mặt sân vui chơi khu
tập thể Đặc khu mười ba.

Chỉ còn chục mét nữa là cô sẽ về đến ngôi nhà thân
thương, nơi có bữa ăn cực ngon, cái bồn tắm cực ấm và chiếc
giường cực êm đang chờ. *Lẽ ra mình nên viết cho một tờ báo
về Phụ nữ mới đúng*, Cún thầm nghĩ. Ngày đầu tiên bước chân
vào đại học, cô đã mơ ước trở thành một phóng viên mảng xã
hội và gia đình, thay mặt những người phụ nữ nghèo, phụ nữ
yếu đuối, và cả phụ nữ nghèo yếu đuối nói lên suy nghĩ của họ.

Thế nhưng giờ cô lại làm việc cho một tờ báo chuyên ngành kinh tế, sau khi đã bị tất cả các tờ báo xã hội khác từ chối.

"Lạm phát, khủng hoảng, xăng tăng người tụt, nghèo đói, sóng thần..." đã trở thành những từ ngữ thân quen đến độ len lỏi cả vào những giấc ngủ mộng mị của cô, ám ảnh lên những bữa ăn tối đắt đỏ và làm thế giới xung quanh cô toàn một màu xám xịt.

"A, con Cún nhà ông Cẩu về rồi! Mọi người chờ cháu mãi đấy!". Ông Quy tổ trưởng tổ dân phố bỗng dưng từ đâu nhảy bổ ra khiến cô giật mình suýt đứng tim, hệt như mỗi lần nghe tin xăng tăng giá.

Nhà Cún hôm nay đông khách đột xuất. Hầu hết các nhân vật "máu mặt" của Đặc khu mười ba đều đang yên vị trong phòng khách, thần sắc ai nấy cũng rất đăm chiêu, suy nghĩ.

❏

Đặc khu mười ba là một khu tập thể lâu đời, được xây từ thời kỳ nhạc Boney M vẫn còn xập xình trong các đám cưới và đám ma. Qua sự tàn phá phũ phàng của thời gian cùng những tòa building chọc trời mọc lên xung quanh, móng của nó ngày càng yếu đi như răng người già, rụng lúc nào chẳng hay. Hậu quả là đến bây giờ khu nhà đã nghiêng đến mười lăm độ. Oái oăm thay, nó lại có xu hướng đổ xuống sân bóng phía dưới. Nơi đó, mỗi chiều vẫn có hàng chục thanh niên đá bóng trúng bát cháo của các bà các cô đang bón cho thế hệ tương lai. Nơi đó, các đôi trai gái tâm sự với nhau bằng thơ tình mỗi đêm trăng sáng và bằng tiếng chụt chụt choạp choạp những đêm trăng tối. Nơi đó, các cháu thiếu nhi hồn nhiên chơi con giống trước khi đủ tuổi chuyển "phòm" sang Game online.

Bình thường cũng chẳng ai muốn quan trọng hóa vấn đề đâu, họ cho rằng còn lâu nó mới sập. Hơn nữa, ai cũng nghĩ khắc phục công trình là trách nhiệm của chính quyền, chẳng đến lượt dân đen như mình xía vào. Chỉ tại cái tòa nhà năm tầng ở phố Huỳnh Thúc Kháng đợt vừa rồi đang yên đang lành lại "ngã sóng soài" không một lời báo trước. Từ ấy, dân tình cứ sồn sồn như cô hồn được hóa kiếp. Sáng mở mắt ra đọc báo đã thấy cảnh báo chất lượng các tòa nhà cũ, rồi thì phát hiện ra bao nhiêu là công trình bị nghiêng, bị lún, trong khi trước nay đẩy cái nhà nó nứt toác từ tầng một lên tầng mái mà có thấy các ông nói năng gì đâu.

❑

"Thế cụ thể là bây giờ các chú, các bác muốn cháu phải làm gì ạ?". Cún ngao ngán, cố kìm một cái ngáp sau khi nghe Quy trưởng lão trình bày một mạch các vấn để mang tầm vĩ mô liên quan đến sự sống và cái chết của toàn thể cư dân Đặc khu.

"Cô mang tiếng là nhà báo mà nắm bắt chậm nhỉ? Dĩ nhiên là chúng tôi muốn cô viết một vài bài lên báo, để chính quyền và dư luận để mắt đến chúng ta, qua đó giúp đỡ việc khắc phục sự cố nghiêng nhà chứ sao". Ông Quy phẩy tay.

"Nhưng cháu viết cho báo Kinh tế chứ không phải Xã hội". Cún thật thà đáp.

"Thế tôi hỏi cô, nhà cứ đổ ầm ầm thì kinh tế có ảnh hưởng không?" Anh Tuất bán thịt chó dưới tầng một lên tiếng. "Hay là bởi vì không có hàng khủng, lộ ngực, nude để bảo vệ môi trường nên báo chí các cô không thiết?"

"Sao các bác các chú không liên hệ trực tiếp với Phường để họ tìm hướng khắc phục?"

"Ối giời!!!". Tất cả đồng thanh như bản đồng ca mùa hạ. "Có mà chờ đến lúc nhà sập xuống rồi họ đến khắc phục một thể".

"Thế rốt cục bây giờ cô có giúp đồng bào hay không? Hãy nhớ rằng giúp đỡ mọi người là cô đang giúp chính mình đấy". Ông Quy triết lý.

Phần vì không muốn kéo dài cuộc tranh luận vô bổ với các tiền bối, phần cũng vì "muốn giúp chính mình" nên Cún quyết định gật đầu bừa cho xong chuyện.

□

Không phải Cún vô trách nhiệm với xóm làng, cũng chẳng phải cô không đủ khả năng cho cả xóm lên báo. Chỉ là cô đã sống cùng những con người này quá lâu đến mức hiểu thấu tâm can họ. Rặt một lũ ngồi lê đôi mách, vô tích sự, chỉ hô hào chém gió là giỏi. Những người thực sự quan tâm đến tình hình của khu nhà đã chạy ngược chạy xuôi từ lâu lắm rồi, chứ còn chờ mấy ông này thì đúng là nhà sập vẫn chưa làm xong cái đơn đi gửi chính quyền.

Tuy vậy, Cún vẫn liên hệ với anh Tin, phóng viên Thời báo *Chim Bìm Bịp* – bạn thời Đại học của cô. Sau một hồi nghe Cún thông báo tình hình, anh ta lao ngay đến như vừa uống hết một chai rượu bìm bịp.

Anh được ông Quy tiếp đón rất nồng nhiệt bằng ấm trà thượng hạng mà ông chỉ dùng để đãi khách quý. Chẳng biết anh nhà báo uống trà có ngon không, nhưng nếu ai nhìn thấy cảnh anh phải ngồi bệt dưới sàn nhà hơn ba tiếng đồng hồ để nghe ông Quy trình bày suốt từ thời tiền sử cho đến ngày tận thế mà mãi vẫn chưa vào được chủ đề chính, chắc cũng phải thấy ái ngại. Vậy mà mặt anh chẳng biến sắc, cũng không ngáp ruồi lấy một cái. Ấy là nhờ cô con gái mười bảy tuổi phổng phao, mơn mởn của ông Quy cứ chốc chốc lại lon ton chạy ra rót trà cho anh nhà báo. Khổ cái trời lại đang mùa hạ nóng bỏng, đâm ra con bé chỉ mặc mỗi cái áo hai dây trễ cổ và cái quần nếu ngắn nữa chắc sẽ bị quy kết cho cái tội "bảo vệ môi trường". Vợ chồng ông Quy hiếm muộn, mãi đến năm ông năm mươi tuổi mới đẻ được đứa con gái, nên ông chiều nó lắm. Con bé lớn lên chẳng giống bố tý nào, được cái ngoan, chỉ thi thoảng cãi láo phụ thân, chửi hàng xóm và ăn mặc nhố nhăng. Đợt vừa rồi nó bị triệu tập lên Công an để làm rõ một vụ "Clip nữ sinh tụt quần nhau giữa phố", may là nó chỉ được đề cử giải *Nữ diễn viên phụ xuất sắc* nên không bị truy tố, chỉ thông báo về cho nhà trường và gia đình quản lý.

Nhờ sức mạnh của trà hảo hạng và ngực thiếu nữ nên đúng canh tư gà gáy hôm sau, tờ *Chim Bìm Bịp* số mới nhất đã chềnh ềnh ngay trang nhất cái tít to vật vã: "Kinh hoàng nhà chung cư nghiêng sáu mươi độ". Chưa bao giờ thấy cư dân Đặc khu mười ba háo hức với thông tin đại chúng đến như vậy. Họ ngấu nghiến đọc đi đọc lại, chỉ trỏ và bình phẩm từ cái ảnh to nhất chụp toàn cảnh khu nhà cho đến các ảnh nhỏ có mặt họ. Trong đó có bức hình anh Tuất chụp cùng mấy con chó thui treo lủng lẳng trên móc, phía dưới là dòng ghi chú: "Anh Tuất, đầu tiên từ trái sang".

Theo ghi nhận của nhóm Phóng viên, khu nhà năm tầng là nơi sinh sống của hơn mười hộ dân đã nghiêng đến sáu mươi độ về phía bên trái. Dưới bầu trời xám xịt đặc quánh mây mù, khu nhà lồ lộ như một cỗ quan tài bê tông chỉ chực chờ chôn sống những con người khốn khổ đang gào thét tuyệt vọng bên trong. Đâu đây tiếng chim ăn xác chết, tiếng ruồi kêu rít và tiếng chó sủa thật thê lương càng khiến bầu không khí thêm căng thẳng.

Trích nguyên văn từ bài báo.

Bài báo còn chưa kịp nguội, mấy hôm sau đã thấy anh Bông nhạc sĩ ở tầng ba tìm đến Cún. Anh nói mình vừa sáng tác ra một bài hát rất hay về chủ đề thảm họa và muốn nhờ anh nhà báo hôm nọ đăng giúp một bài lên mục văn nghệ. Ghế trên anh ngồi tót số sàng, cầm guitar và bắt đầu phiêu theo phong cách Đại Lung Linh: *Ồ yeah. Bà la bà lung. Ồ yeah. Khu nhà tôi là khu nhà tôi ố ồ ô. Nó sắp sập sập ập ập rồi. Bà con ơi chạy mau thôi. Bà bùng bà bùng lá là lá. Chạy mau bà con ơi ơi ơi, nhanh chân lên không bẹp ruột. Đừng tham đồ đạc, đừng tham ố là là tiền bạc. Chạy mau thôi không vữa rơi lòi ruột.*

Anh Bông nhạc sĩ là một trong những kẻ vô công rồi nghề mà Cún ghét nhất. Mặc dù là giảng viên của một trường Đại học có tiếng nhưng anh chẳng sáng tác được cái gì ra hồn. Vậy mà lúc nào anh cũng nuôi mộng trở thành nhà sản xuất cỡ bự tầm Huy Tuấn, Hồ Hoài Anh. Có đợt anh còn giở chứng đi bán hàng đa cấp. Cún vẫn nhớ như in cái buổi sáng hôm ấy, bỗng dưng anh nhạc sĩ cả đời chẳng mấy khi hỏi thăm lại niềm nở mời cô quá bộ qua nhà chơi. Hóa ra đó là một buổi "chia sẻ cơ hội kiếm tiền" – cách nói hoa mĩ của bọn bán hàng đa cấp. Anh ta khoác lác về khoản thu nhập hàng chục triệu đồng một tháng của mình, rằng cái này dễ kiếm tiền lắm, chỉ cần em tham gia mạng lưới của anh và kết nối thêm người, càng nhiều càng dễ kiếm lời. Cún từ chối khéo với lý do mình là sinh viên không có tiền đóng phí, nào ngờ anh ta dám gợi ý cô về lừa bố mẹ tiền đóng học. Từ đó cô không bao giờ nhìn mặt hắn nữa. Nhà kinh doanh đa cấp chẳng biết làm ăn có phát đạt không, nhưng vợ anh vẫn phải làm việc quần quật nuôi hai đứa con nhỏ và ông chồng vô tích sự, còn anh vẫn thiếu nợ bún ốc của mẹ Cún.

Nói về những ông nghệ sĩ nửa mùa ở Đặc khu mười ba thì nhiều đến độ bán rẻ mua một tặng năm cũng không hết. Ở tầng hai thì có nhà thơ Sung Văn Sướng, thơ anh và chân anh hôi như nhau. Thế mà có thời anh ta dám "to gan" viết thơ tình tặng Cún:

"Nửa đêm gà gáy anh nhớ Cún
Như con chó mực nằm nhớ mèo mun
Dù cho ngoài trời lạnh đến 'ấy' cũng sun
Nhưng tình này anh nhét cục gạch gửi đến Cún."

Suốt một tuần liền sau khi "thưởng thức" những vần thơ này, Cún không dám ra đường một mình lúc trời tối.

Đặc điểm chung của các ông nghệ sĩ này là đều "giao lưu văn hóa" tại quán nước bà Béo đầu ngõ. Hôm nào các nhân tài cũng ngồi gác chân lên ghế, vỗ đùi đen đét chém gió suốt từ sáng cho đến chiều tối. Thế mới biết Nghệ thuật không phải là ánh trăng lừa dối, Nghệ thuật chỉ có thể là tiếng gió thổi bắn nước bọt tứ tung bên cốc trà đá.

Thêm vài bài báo nữa xuất hiện, nhiều tiếng kêu cứu thảm thiết từ dưới vực sâu vọng lên. Cuối cùng công sức của họ cũng không uổng. Một ngày nắng vàng rực rỡ, có người đàn ông ngoại quốc xuất hiện, tự xưng là Thần Đèn – người có thể làm cho khu nhà hết nghiêng chỉ trong một tuần.

Thần Đèn có khuôn mặt đen nhánh như chảo mỡ trong bóng đêm. Ông ta cao ba mét và có giọng nói ồm ồm vang xa mười thước. Đột nhiên xuất hiện nơi bậu cửa, ông khiến toàn bộ mọi người sợ hãi, hồn bay phách tán.

Trích nguyên văn từ bài báo.

Thực ra ông người Tuốc-nơ-vít-tăng này chỉ cao có mét sáu lăm là cùng. Tên ông là Da-Pha, gần giống tên một loại thuốc trị hôi chân vẫn quảng cáo trên TV. Ông nói dù cách xa hàng mấy nghìn cây số nhưng tiếng kêu cứu của Đặc khu mười ba đã thấu lên trời xanh, đập lại xuống đất rơi đúng vào màng nhĩ của ông, khiến ông phải tức tốc lên đường ngay nhằm kịp cứu giúp những sinh linh đang ngàn cân lệch sóng.

Thần dân Đặc khu mười ba nghe xong mà mát hết cả lòng mề, sung sướng như từ nơi tăm tối bước ra ánh sáng văn minh. Ban đầu lúc ông Thần xuất hiện, mọi người cũng nghi ngờ dữ dội, thậm chí còn đòi "úp sọt" thằng lừa đảo. Nhưng sau khi nghe ông tuyên bố sẽ làm miễn phí thì họ lập tức đón tiếp ông như Backstreet Boys sang Việt Nam lưu diễn.

Chỉ có Cún là đủ tỉnh táo để cảnh giác cao độ gã Thần Đèn từ trên trời rơi xuống. Nhưng "tiếng nói sao át được tiếng chợ". Những kẻ từng được cô giúp đã trở mặt, giờ họ coi lời nói của cô chẳng ra gì. Với họ, Cún đã trở lại là Cún, một con ranh thích nói leo các cụ.

Đêm trước ngày Thần ra tay, cả khu tập thể dâng thịt chó khao ông. Người mừng nhất chắc là anh Tuất vì đã có dịp xả hàng tồn ế cả tuần vừa qua, thảo nào mà suốt bữa nhậu anh không động đũa lấy một lần. Thần ngồi chiếu trên, bên tả là ông Quy, bên hữu là anh Tin nhà báo, phía dưới các thần dân ca hát, nhảy múa và chém gió văng hết cả riềng mẻ lên trời. Chỉ khổ các bà các chị phải dọn dẹp đến nửa đêm cái bãi chiến trường của các ông.

"Anh Đèn ạ. Anh không biết rằng sự có mặt của anh nó kịp thời và... cần thiết với... chúng tôi đến mức nào đâu, hix". Ông Quy sau khi nâng lên hạ xuống mấy lần đã bắt đầu xỉn. "Tháng trước... hix... có mấy thằng đầu cơ đất đến từng hộ gia đình để mà... để mà đặt vấn để mua lại cả cái khu nhà này... Bọn nó... nghĩ chúng tôi ngu lắm hay sao? Khu này nằm gần tuyến đường sắp... mở. Lúc đấy giá tăng đến hàng chục lần. Tôi bảo chúng nó là... bao giờ nhà này sập thì bọn tao bán cho chúng mày. Chúng nó tức đến tím mặt mà không làm gì được, muahaaaaaaaa!".

"Bọn mất dạy!!!" Bỗng dưng Thần bị kích động như thể bức xúc thay cho toàn bộ cư dân đặc khu. "Là một đứa con của thần A-la-đanh, tôi ghét cay ghét đắng bọn đầu cơ đất. Ông làm thế là đúng lắm, chúng ta không được nhân nhượng, nếu không chúng nó sẽ càng dìm giá."

Đoạn Thần bỏ thêm một miếng dồi chó vào miệng nhai tóp tép, sau đó tuyên bố chắc nịch: "Bà con cứ yên tâm. Sáng mai tất cả mọi người cứ dọn đồ đi nơi khác ở tạm, cuối tuần quay về, tôi đảm bảo mọi người lại có thể yên tâm sống và học tập như thể nhà chưa từng bị lún".

Tờ mờ sáng hôm sau, khi mùi rựa mận vẫn còn thoảng trong không khí, thần dân của Đặc khu mười ba lần lượt khăn gói mỗi người một ngả.

Suốt một tuần đó không một ai mảy may ghé qua giám sát công trình, vì đã có anh nhà báo ăn nằm luôn tại chỗ để cập nhật tình hình. Ai muốn biết thông tin cứ chạy ra sạp báo mua ngay một tờ *Bìm Bịp* phát hành hàng ngày.

Thần Đèn và các cộng sự làm việc không kể ngày đêm để kịp tiến độ. Từng đoàn người và voi sử dụng sức kéo thô sơ để kéo thẳng tòa nhà bằng những sợi dây thừng to như cột đình. Những giọt mồ hôi chảy dầm dề dưới cái nắng thiêu đốt không làm nhụt chí họ. Thần Đèn ngồi trên đài sen xây bằng gạch, uy nghiêm và bệ vệ, ông lên tinh thần cho mọi người bằng roi da và những bài hit của Lady Gaga.

Trích nguyên văn bài báo.

◻

Ngày về cuối cùng đã đến, mọi người háo hức và hồi hộp chờ đến giây phút được chiêm ngưỡng khu nhà thân yêu của họ trở lại thời vẫn còn là một chàng thanh niên hiên ngang với khung xương bằng sắt phi mười sáu. Từ phía xa xa đã thấy từng chiếc xe tải Thành Hưng nối đuôi nhau trở về, khiến nhiều người liên tưởng về một cuộc di dân đến vùng đất hứa.

Đặc khu mười ba dần dần hiện ra trong màn sương sớm, giờ thì người ta đã có thể nhìn thấy nó rất rõ. Khu nhà đã không còn nghiêng nữa, Thần Đèn đã giữ đúng lời hứa, vì bây giờ nó chỉ còn... là đống gạch vụn. Không ai nhìn thấy bóng dáng tên Thần dỏm đâu, nhưng mấy thằng đầu cơ đất thì đang đứng đấy với nụ cười nham hiểm. Một tên trong số đó cao tầm mét sáu lăm, ông Quy thấy thấp thoáng có miếng thịt chó giắt trong răng hắn.

Gặp tình yêu lớn trong bộ dạng thê thảm

Anh chỉ muốn chạy ngay đến mà nói với cô ấy rằng anh yêu cô ngay từ cái nhìn đầu tiên. Sau đó bọn anh sẽ hẹn hò, sẽ đứng ở hai đầu đường mà gào tên nhau như trong phim Cô nàng ngổ ngáo *phiên bản Mỹ. Thế rồi bọn anh sẽ kết hôn và sống trong một căn nhà nhỏ gần hồ Trúc Bạch.*

"A̠ɴʜ ᴄ́ ʙɪᴇᴛ ᴍ̃ɪ ɴăᴍ ᴄ́ ʜàɴɢ ᴛʀɪᴇᴜ ɴɢ̛ờɪ trên thế giới chết vì đói không?"

Bạn gái tôi vừa nhai nhóp nhép miếng thịt gà dai như lốp cao su của một cái xe tải, vừa bắt đầu bài thuyết giáo "không được lãng phí đồ ăn." Trông nàng thật quyến rũ khi cố gắng gỡ mấy miếng thịt cứng đầu ra khỏi hàm răng trắng đều không tì vết của mình.

"Anh biết. Nhưng chẳng nhẽ không còn thứ gì đỡ buồn chán hơn để thưởng thức trong một buổi hẹn hò cuối tuần sao?"

Tôi ngán ngẩm nhìn xung quanh. Rất nhiều người cũng quyết định không ăn tối ở nhà, mà tự hành xác với món thịt gà rán dai nhách vô vị cùng một cốc pepsi nhiều đá đến mức đủ cho cả đàn chim cánh cụt nhảy vào bơi. Đâu đâu cũng thấy hình ảnh con gà đưa cánh ra dấu *like* và cái nháy mắt như kiểu muốn gợi ý khách hàng rằng "hãy đến đây chén tôi đi, bẻ giò tôi ra, gặm đến tận tủy tôi, thật hạnh phúc biết bao khi được làm bữa tối của quý vị." Các nhân viên gà chạy ngược chạy xuôi với hóa đơn phục vụ, khách hàng thì vừa ăn vừa la ó, lũ trẻ con vừa xơi gà rán vừa chạy nhảy ầm ĩ, đánh nhau, cắn nhau, cào xé nhau, đòi mở tủ kính lấy búp bê *Shin-chan*. Trông cứ như là một bữa đại tiệc thịt gà của đàn khỉ nổi dậy.

Phớt lờ cái lắc đầu không vừa ý của nàng, tôi quyết định buông dĩa chấm dứt bữa tối thảm họa. Mỡ gà rán thật khó tẩy sạch dù đã dùng tới chiếc khăn giấy thứ ba.

"Kiếp sau nhất định anh sẽ làm ma đói." Nàng cầm chiếc đùi gà phe phẩy trước mặt tôi như đe dọa.

"Em yên tâm. Miễn là em đừng vì vui quá mà quên nhét một phong kẹo cao su vào quan tài. Từng đó là đủ để anh nhai đến khi được đầu thai." Tôi đáp trả.

Nàng nguýt dài. "Chỉ sợ khi em già sẽ đãng trí, không thực hiện được ước muốn sau cùng của anh thôi."

"Với kiểu ăn uống thế này thì yên tâm là chẳng mấy chốc anh xanh um nấm mộ." Tôi phẩy tay.

Biết rằng không thể cãi lý lại với tôi, nàng quay về với chiếc đùi gà cuối cùng. Trong lúc đó tôi lấy hai chiếc vé xem phim ra để kiểm tra lại giờ chiếu. Bộ phim mang tên *Đại chiến quái vật không gian và rô-bốt khủng long*. Nàng đã nằng nặc đòi đi xem bộ phim này ngay lần đầu nhìn thấy poster của nó: Một con quái vật không gian đang chuẩn bị lao vào quyết chiến với một con rô-bốt khủng long. Cốt truyện của bộ phim đậm tính nhân văn cao cả: Nói về cuộc đại chiến giữa một con quái vật không gian và một con rô-bốt khủng long. Tôi cất đôi vé vào túi quần cùng chỗ với mấy cái bao cao su. Thở ra một hơi dài não nề như lão Hạc vừa bán con chó vàng, tôi chìm đắm trong sự nhạt nhẽo của một tối cuối tuần dài lê thê.

"Em kia xinh quá. Ca sĩ mới à?" Nàng thốt lên, đấy là một câu hỏi tu từ vì nàng hoàn toàn chẳng thèm để ý đến tôi, mắt nàng hướng lên màn hình LCD.

Kênh YanTV đang chiếu music video của một cô ca sĩ mới kính coong trong làng nhạc Việt. Từ đầu đến cuối toàn thấy cảnh cô nàng quẩn quại trong bồn tắm hoặc trên giường, không bikini thì cũng chỉ độc một cái áo sơ mi hững hờ vài ba cái cúc rất *sexy lady*. TV không bật tiếng nên tôi không biết cô ta đang hát gì, nhưng có thể đoán là một bài ca thất tình nhạt nhẽo.

"Ôi trời đất quỷ thần ơi." Tôi há hốc mồm như để mấy miếng thịt gà vừa ăn ban nãy nhảy ra.

"Thấy gái đẹp mất bình tĩnh rồi hả, đồ hám gái? Chẳng trách được, đến em là phụ nữ mà còn muốn yêu nữa là." Nàng nói bằng giọng trách móc.

"Không phải thế. Anh..." Tôi bắt đầu nói lắp mà không biết.

"Anh làm sao?" Bạn gái của tôi tỏ vẻ ngạc nhiên trước thái độ của tôi.

"Cô gái đó là... *tình yêu lớn* của đời anh đấy". Tôi thú nhận.

□

Bạn gái tôi đã bỏ lại miếng thịt gà cuối cùng bất chấp hậu quả ma đói kiếp sau. Nàng làm mặt dỗi đóng phim buồn trong khi tôi cố thuyết phục nàng rằng câu chuyện đó chẳng hay ho gì để kể lại, không có cao trào như phim Mỹ, không có lãng mạn kiểu Hàn Quốc, không có cảnh nóng hừng hực như phim Việt Nam.

"Anh sẽ kể cho em vào một dịp khác. Giờ bọn mình còn phải đi xem *Đại chiến quái vật và rô-bốt*, sắp đến giờ chiếu rồi."

"Em chán cái phim bạo lực nhảm nhí đấy rồi. Em muốn nghe kể chuyện *tình yêu lớn* của đời anh." Nàng lạnh lùng trả lời.

"Nhưng anh đã mua vé, bỏ thì phí lắm."

"Phí tiền của anh chứ có phải của em đâu." Nàng tỉnh bơ quay mặt đi chỗ khác huýt sáo.

Biết rằng không thể thương thuyết với cô nàng đáo để này, tôi đành nuốt nước bọt, gạt mồ hôi trán và bắt đầu câu chuyện cũ đã rất lâu không nhắc đến.

"Chuyện xảy ra khi anh còn học năm thứ nhất, vẫn chưa trở thành người thiết kế đồ họa hàng đầu Việt Nam. Người thiết kế đồ họa hàng đầu Việt Nam. Người thiết kế đồ họa hàng đầu Việt Nam."

"Tại sao anh nói câu đó đến ba lần?" Bạn gái tôi thắc mắc.

"Đâu có. Đấy là hiệu ứng tiếng vọng đấy, chúng ta đang ở trong căn phòng kín mà." Tôi giải thích.

"Thôi được rồi, anh không cần phải sử dụng hiệu ứng, kỹ xảo nào hết. Đi vào trọng tâm đi!" Nàng phẩy tay.

"Hồi đó anh vẫn đi học bằng xe buýt, và luôn đứng ở bến chờ đối diện chợ Bưởi gần nhà. Nói là bến cho oai, chứ thực ra chỉ có cái biển thông báo lộ trình xe cắm chỏng chơ trên nền bê tông nứt nẻ.

Đêm hôm trước anh và mấy thằng bạn làm trận bia cỏ mực nướng, xem bóng đá tại gia say bí tỉ. Lúc anh tỉnh dậy thì đã quá trưa. Nếu không phải vì hôm đấy có môn thi, chắc anh đã nằm luôn đến tối. Em cứ tưởng tượng khi trong bụng em vẫn còn cả lít bia từ đêm hôm trước chưa được tiêu hóa hết, đầu thì quay vù vù, trên trời thì nắng chang chang, trước mặt là một đàn xe máy, một bầy xe tải chạy qua tung bụi khói như chốn bồng lai tiên cảnh. Cảm giác không khác gì vừa uống café vừa ăn thịt chó, mỗi tai đeo một cái *earphone* khác nhau, bên trái xập xình nhạc dance, bên phải thánh thót dân ca quan họ cổ truyền.

Anh không biết cô ấy có mặt ở đó lúc nào, cứ như thể cô luôn ở đó chờ anh vậy. Khi anh nhìn cô ấy cũng là lúc cô ấy nhìn lại anh, và đúng cái khoảnh khắc đó anh đã biết rằng cô là *tình yêu lớn* của đời mình."

"Cô ta có giống như trong cái video ban nãy không?" Bạn gái tôi thắc mắc lần hai.

"Ý em là cái dáng vẻ quần quại và đôi mắt diều hâu khát tình đấy á? Không! Anh không biết thời gian đã làm gì cô ấy. Nhưng hồi đó cô ấy là một thiên thần đúng nghĩa. Cô để tóc ngắn rất cá tính, khuôn mặt trong sáng như bình minh trên biển, và thân hình tuyệt đối hoàn hảo. Một nhan sắc khiến chim ngừng hót, cá ngừng bơi, lá ngừng rụng, đàn ông hết yêu những người phụ nữ khác còn những phụ nữ khác biến thành đồng tính."

"Anh có nói quá không? Chẳng nhẽ cô ta hoàn hảo đến độ không có một khuyết điểm?" Bạn gái tôi thắc mắc lần ba.

"Thực ra là có. Nếu để ý kỹ em sẽ thấy cô ấy có một hàng ria mép mờ mờ, phải ra nắng mới thấy. Người ta bảo phụ nữ mà có rìa mép là 'dâm bụt' lắm. *Anyway*, điều đó làm cô càng thêm quyến rũ.

Cơn đau đầu của anh lập tức tiêu tan mà chẳng cần Panadol có chứa Paracetamol, thay vào đó là một đợt cảm nắng mãnh liệt đến bốc hỏa. Anh chỉ muốn chạy ngay đến mà nói với cô ấy rằng anh yêu cô ngay từ cái nhìn đầu tiên. Sau đó bọn anh sẽ hẹn hò, sẽ đứng ở hai đầu đường mà gào tên nhau như trong phim *Cô nàng ngổ ngáo* phiên bản Mỹ. Thế rồi bọn anh sẽ kết hôn và sống trong một căn nhà nhỏ gần hồ Trúc Bạch. Tuy vậy, cặp đôi nào cũng có lúc trục trặc, ví dụ như một lần anh đi liên hoan với công ty về nhà trong trạng thái say bí tỉ. Cô ấy pha trà cho anh uống để tỉnh rượu. Anh mới uống được một ngụm đã nhổ toẹt ra và văng tứ tung: 'Trà gì mà uống như cái lờ.' Thế rồi cô ấy khóc, anh chợt ân hận và ôm cô ấy vào lòng, dỗ dành cô ấy. Sóng gió qua đi và bọn anh sống hạnh phúc mãi mãi."

"Em bái phục trí tưởng tượng phong phú của anh rồi. Anh nên đi làm nhà văn thể loại khoa học viễn tưởng khéo đoạt giải Nobel văn học đấy." Bạn gái tôi chắp hai tay, mô phỏng hành động khấn vái.

Tôi uống một ngụm Pepsi rồi tiếp tục.

"Nhưng đời không là mơ. Như anh đã kể ở trên, hôm đó anh ra đường với một bộ dạng không thể tối tệ hơn. Mái tóc David Beckham phiên bản 2007 đầy tự hào của anh đã bết vào như tổ chim sau hai ngày quên gội, móng tay vẫn thơm mùi mực tanh ngòm, áo sơ mi nhầu nhĩ, quần jean chỗ rách chỗ vá. Em thì biết tính anh rồi đó, lúc nào cũng muốn vô tư cùng bạn bè đi khắp nhà, nhưng vẫn thiếu tự tin nếu bề ngoài không được tươm tất."

"Vậy nên anh chỉ dám đứng đó tự kỷ cho đến khi cô ấy đi mất?" Bạn gái tôi thắc mắc lần bốn.

"Em coi thường anh thế. Chưa thấy sóng cả đã ngã tay chèo thì sao xứng mặt nam nhi. Thông minh vốn sẵn tính trời nên anh nhanh trí chạy ngay vào một nhà vệ sinh công cộng gần đó để rửa mặt, rửa tay thật kỹ bằng xà bông, dùng nước máy vuốt cho tóc dựng lên, cởi vài cái cúc áo cho gió lùa vào ngực, thế là anh đã lột xác, từ một thằng sinh viên bê tha bỗng chốc biến thành 'kun boi' như Song Seung Heon trong phim *Phía Đông vườn Địa đàng*.

Sau đó bọn anh cùng lên xe buýt. Bình thường xe buýt tệ hại kinh khủng. Thế mà ngạc nhiên chưa, bỗng dưng hôm đó mọi thứ rất là chỉn chu và sạch sẽ. Hành khách ai nấy trật tự, không chen lấn xô đẩy, lái xe tuân thủ an toàn giao thông, phụ xe niềm nở và lễ phép. Anh đứng gần cô ấy, ngửi thấy hương thơm trên mái tóc mượt mà của cô, ngắm ánh nắng xuyên qua làn da trắng trẻo, đọng lại những vũng sáng trên chiếc áo sơ mi trắng ôm sát người. Loa trên xe đang chơi bài *Close to you* của The Carpenters càng làm cảnh vật thêm mộng mơ. Khi biết có người nhìn mình, cô ấy đỏ mặt rồi cười thật bối rối. Nụ cười rất khẽ thôi mà khiến trái tim anh như muốn bay khỏi lồng ngực.

Lẽ ra anh nên tiến lại mà mở lời ngay lúc đó, nhưng em biết đấy, cô ấy quá đẹp để được làm quen theo những cách thông thường. Một nỗi sợ rất vô cớ bao trùm lấy anh, như kẻ tội nhân nhỏ bé run rẩy trước nữ thần Aphrodite. Trước đây anh luôn nghĩ phụ nữ giống như những ngọn núi, luôn có cách để leo đến đỉnh, nhưng khi đối diện với cô ấy, anh mới biết có những kỳ quan nhìn từ xa đã khiến ta sợ hãi, không dám bén mảng đến gần.

Anh cứ đứng chôn chân ở đó mà lưỡng lự, nhìn trộm tấm lưng tuyệt đẹp của cô ấy đang tắm trong ánh nắng chiều từ cửa sổ xiên vào. Xe vẫn bon bon chạy, Trái Đất vẫn lặng lẽ quay. Đó là lần đi xe buýt dài nhất trong đời anh."

"Anh làm ơn tua đến đoạn cao trào giùm em đi. Từ khi yêu nhau đến giờ anh chưa từng văn thơ như thế với em." Bạn gái tôi bắt đầu nổi cơn ghen.

"Em cứ bình tĩnh. Câu chuyện hay cần được kể một cách trình tự, rành mạch, có tình tiết có cảm xúc, không thể làm qua loa đại khái được." Giờ thì đến lượt tôi câu giờ, trả thù cho hai cái vé xem phim oan uổng.

"Khi bọn anh vừa bước xuống xe buýt thì mọi thứ lập tức trở lại như cũ. Phụ xe chửi khách xơi xơi, hành khách chen lấn và tỏa mùi hôi nách nồng nặc, bác tài lại phóng nhanh vượt ẩu đánh võng tạt đầu xe lam. Bọn anh đứng ở bến xe Cầu Giấy, đối diện Đại học Giao thông Vận tải để chờ xe tuyến khác. Tình hình lúc này trở nên cực kỳ căng thẳng vì anh biết rằng nếu không mở lời bây giờ, cô ấy sẽ sớm bước lên một chiếc xe buýt nào đó và đi khỏi cuộc đời anh vĩnh viễn. Anh quyết định là sẽ tĩnh tâm, ngồi thiền trên băng ghế và bắt đầu hồi tưởng những tháng ngày hạnh phúc của bọn anh, về ngôi nhà ấm cúng, những đứa trẻ, cơ thể tuyệt đẹp của cô khi khỏa thân, tiếng thì thầm ngọt ngào của cô mỗi sớm mai thức giấc... Đó đều là những động lực không thể mạnh hơn nữa. Cuối cùng anh 'hạ thể' và quyết định tiến đến làm quen.

Nhưng ngay khi anh chỉ còn cách cô vài bước chân thì bỗng từ đâu một thằng con trai tóc vàng, mặt mũi bặm trợn phóng đến trên con Wave ZX mới cáu cạnh. Thế rồi cô ấy cười với hắn, không phải nụ cười bẽn lẽn như lúc trên xe buýt mà là nụ cười hạnh phúc rạng rỡ. Sau đó cô ấy chạy đến bá vai bá cổ hắn, ôm hắn, rồi họ hôn nhau, một nụ hôn táo bạo hơn cả cái nắng bốn mươi độ lúc đó. Cô ấy đưa lưỡi vào miệng hắn, còn lưỡi của hắn liếm quanh đôi môi cô như liếm một que kem. Hắn đưa tay ra sau lưng cô, vuốt từ gáy xuống tận mông, rồi hắn vỗ mông cô đánh đét một cái, nghe như tiếng pháo nổ trên bì lợn. Sau đó anh đã phải bất đắc dĩ nghe cuộc đối thoại không lấy gì làm lành mạnh của họ.

Thằng tóc vàng thích vỗ mông: 'Ông bà già anh vừa bán nhà trả nợ tiền bóng, sẵn tiện anh xin mua con Wave này đi tạm.'

Tình yêu lớn của anh: 'Tuyệt quá. Tối nay *đi bão* mừng xe mới thôi. Em sẽ nói với mẹ em là phải sang nhà bạn để hoàn thành tác phẩm điêu khắc cho kịp triển lãm ở trường.'

Thằng tóc vàng thích vỗ mông: 'Anh thấy em chỉ thổi kèn là giỏi chứ điêu khắc cái nổi gì?' Nói xong nó cười ha hả rất khả ố.

Tình yêu lớn của anh: 'Đồ quỷ sứ. Liệu cái thần hồn. Thôi đi chơi đi, em quyết định bỏ học hôm nay. Mà từ nay anh phải đến đón em đi học đấy, đi xe buýt vừa hôi hám vừa bẩn thỉu lại còn bị thằng điên soi mói.'

Thế rồi nàng trèo lên xe, ôm thằng kia chặt cứng, áp hai trái bưởi vào lưng hắn. Thằng ranh con nẹt pô, rú ga và phóng đi như một cơn gió, bỏ lại làn bụi mờ ảo và một gã trai đang chết đứng như Từ Hải.

Trái tim anh tan nát từ ngày đó. Anh tự nhủ rằng sẽ không bao giờ tin vào những nhan sắc thánh thiện nữa, và cần nhớ luôn ăn mặc chỉn chu ngay cả khi đi ngủ." Tôi buồn bã kết thúc câu chuyện.

"Theo như anh kể thì tình yêu lớn của anh hóa ra là một con bé hư hỏng giao du với toàn thành phần bất hảo sao?" Bạn gái tôi phá lên cười, làm lũ trẻ con đang chạy nhảy xung quanh phải giật mình.

"Em không thể trách đàn ông vì bọn anh sinh ra đã thế, luôn bị cái đẹp điều khiển lý trí." Tôi nhún vai.

"Có mà bọn anh ngu ý." Nàng ấn tay vào trán tôi.

"Mà như anh kể thì cô ta là một sinh viên mỹ thuật, thế tại sao bây giờ lại trở thành ca sĩ?" Bạn gái tôi thắc mắc lần thứ năm.

"Em cứ làm như ca sĩ thì ghê gớm lắm ý. Bây giờ nhà nhà đi hát, người người đi hát, không có tài năng thì phải có ngực to, lộ hàng, nude để bảo vệ môi trường là tức khắc sẽ nổi. Có thể cô ấy sau này đã nhận ra sai lầm và quay trở lại làm một sinh viên nghiêm túc. Cô đã miệt mài, đã nỗ lực hết mình và được góp mặt trong một triển lãm nghệ thuật nào đó. Một đại gia giàu có chưa tốt nghiệp tiểu học nhưng yêu nghệ thuật vì cảm kích trước tác phẩm của cô ấy, đã nắm tay cô rưng rưng nước mắt mà rằng: 'Tài năng của em đã chạm đến tầng cảm xúc sâu kín nhất của tôi, tôi quyết định sẽ đầu tư cho em đi làm... ca sĩ. Giờ hãy đến nhà tôi, hôm nay cả mẹ già lẫn mẹ trẻ của tôi đều đi vắng, chúng ta sẽ ký hợp đồng dưới ánh nến và rượu vang dởm nhập từ Tàu khựa.'" Tôi đưa ra giả thiết.

"Em hỏi thật nhé, có bao nhiêu phần trăm sự thật trong câu chuyện anh vừa kể?" Bạn gái tôi thắc mắc lần thứ sáu.

"Một khi em đã nghi ngờ thì số phần trăm chẳng còn ý nghĩa gì. Hãy giữ lại những câu hỏi không lời đáp cho riêng mình thôi. Dù sao nghi ngờ cũng tốt, nó làm cho ta tò mò và bắt buộc phải tự vận động để khám phá. Điển hình là em đã nằng nặc đòi anh kể cái câu chuyện chẳng đi đến đâu này."

"Anh lại tỏ ra nguy hiểm rồi đấy. Dù sao cô gái đó cũng may mắn chán. Chứ nếu cặp với anh thì cô ta sẽ mãi mãi chỉ mặc quần xi-líp hai mươi lăm ngàn một lố thôi." Bạn gái tôi nói.

"Nhưng bù lại, cô ta chẳng bao giờ được anh đưa đi ăn gà rán, xem *Đại chiến quái vật và rô-bốt*. Giờ thì thưa người đẹp, chúng ta đã muộn giờ chiếu đến mười lăm phút, chúng ta sẽ thôi tranh cãi vô bổ để vào phòng chiếu hay thế nào đây?"

Cuối cùng nàng cũng giơ tay xin hàng, kéo ghế đứng dậy chẳng thèm chờ tôi.

"Đợi một chút. Anh phải gọi điện về nói với mẹ anh là đêm nay anh ngủ lại nhà bạn để kịp hoàn thành tác phẩm điêu khắc cho cuộc triển lãm." Tôi cất lời.

"Đồ quỷ sứ." Nàng nhéo tôi một cái đau điếng.

Mọt đười ươi

Mọt đười ươi đã xuất hiện cùng thời điểm với loài người, vốn mang đặc tính tương thích cao với môi trường xung quanh nên ở mỗi vùng địa lý khác nhau chúng lại có văn hóa, màu sắc cũng như khẩu vị riêng. Tại Việt Nam, mọt đười ươi được ghi nhận từ thời kỳ lúa nước. Chúng bắt đầu phát triển mạnh nhất ở thời đại tem phiếu và xe đạp Thống Nhất. Đến nay, loài này đã để lại hậu quả khắp mọi nơi, từ những con đường cao tốc vừa xây xong đã nứt cho đến những con đập trị giá nghìn tỷ không chịu nổi cú húc của một chiếc xe ben do một thằng tài xế say xỉn lái.

TẤT CẢ CÁC BÀ MẸ ở đường Lát Ván, từ những bà bán rau cho đến doanh nhân, từ người chưa tốt nghiệp tiểu học đến thạc sĩ - tiến sĩ, từ kẻ chanh chua đanh đá đến hiền lành nhỏ nhẹ, đều nói sẽ gật đầu ngay nếu con trai của họ muốn cưới Bo làm vợ.

Mỗi người có một lý do riêng. Bà Ngưu bán thịt bò thì thích mê mệt vòng ba mắn đẻ của Bo. Bà Ngọ môi giới bất động sản lại kết cái miệng chúm chím đáng yêu đã mở ra là bao nhiêu lời vàng ý ngọc êm tai ngọt cổ tuôn trào. Lại có người chấm cái trán cao cao vừa bướng vừa thông minh xuất chúng của nàng như vợ ông Ngô Bảo Châu. Nhưng tựu chung, tất cả đều đồng ý rằng giữa thế kỷ hăm mốt toàn trai lười, gái đoảng mà lại có người phụ nữ như Bo thì đúng là bói xuyên nghìn năm, đào mãi tỷ kiếp mới thấy.

Bo không hề biết và cũng chẳng quan tâm đến những gì người xung quanh nghĩ về mình. Nàng còn bận rộn với hàng đống hoạt động mỗi ngày. Nàng tỉnh dậy lúc sáu giờ sáng mà không cần một chiếc đồng hồ báo thức nào hết. Việc đầu tiên phải làm là khiến tất cả lũ vi khuẩn đã vất vả cả đêm để trèo được vào miệng nàng chết vì ngộ độc kem đánh răng và nước súc miệng. Tiếp theo đó, một tiếng chạy bộ trên máy tập là đủ cho một cơ thể khỏe mạnh và bộ óc thông suốt cả ngày. Sau cùng, nàng tắm thật sạch dưới vòi nước lạnh bất kể đông hay hè, xát xà phòng thật kỹ nách và chỗ kín. Nàng luôn chọn những bộ cánh đơn giản, năng động để thoải mái khi di chuyển cũng như không phải mất nhiều thời gian mặc. Đúng tám giờ sáng, nàng bước chân ra khỏi nhà, trên tay là một hộp sữa, một cái bánh mì ruốc và điện thoại Black Berry với list công việc cần làm trong ngày.

"Em nên sắm một chiếc iPhone, sẽ tiện lợi hơn rất nhiều." Bi, bạn trai của nàng đôi lúc vẫn đề nghị như vậy, sau khi tỏ ra ái ngại với chiếc Black Berry đã toét hết phím bấm và màn hình xước ngang dọc hơn cả đường giao thông Hà Nội.

"Điện thoại thông minh sẽ biến con người thành lũ đần độn." Nàng trả lời dứt khoát kèm cái nhăn trán mang thông điệp "làm ơn dừng chủ đề này tại đây".

Họ vừa kỷ niệm mười sáu tháng yêu nhau bằng cách đi xem bộ phim *Đại chiến Quái vật không gian và Robot khủng long*.

Bi là phóng viên nam duy nhất của *Đàn Bà Ngày Nay*, tờ báo mạng lá cải bậc nhất Việt Nam. Bản thân anh không hề thích làm việc tại tòa soạn mà theo anh miêu tả là "không khác gì một cái nhà thổ". Tuy vậy, anh không có sự lựa chọn nào khác. Thời buổi này đa số báo chí hoặc là chăm chăm vào các tin tức lộ hàng, khoe da thịt của người nổi tiếng, hoặc bịa đặt ra những bài bình luận khích bác, chia rẽ các thành phần trong xã hội dưới danh nghĩa tâm thư của độc giả gửi cho quý báo. Trong khi đó, báo chí chính thống vốn đã ít lại còn không tuyển những kẻ không-quen-biết như Bi. Anh là một con người điển hình của *thế hệ vứt đi*, lúc nào cũng bất mãn với xã hội và thời tiết, cũng chẳng có định hướng rõ ràng cho tương lai.

Tất cả cư dân đường Lát Ván đều không thể hiểu vì sao hai con người này lại đến được với nhau, thậm chí gắn bó lâu vậy. Họ chẳng có điểm gì chung, như hai giống loài khác biệt cách xa nhau cả tỷ năm ánh sáng, không chung đụng dù chỉ một phân tử nano. Sự liên quan duy nhất của họ chắc chỉ có The Pink Piggy.

Ấy là quán café mang phong cách Vintage nho nhỏ của họ, nằm ẩn dật trong một tòa nhà cổ kính tọa lạc trên đường Lát Ván. Lối vào hơi rối rắm nên Bi đã thiết kế một tấm biển hiệu hoành tráng với đèn hiệu nhấp nháy đêm ngày, làm chói mắt những người qua đường. Nghe đâu chàng và nàng đã vay mượn của bố mẹ ngót nghét bốn trăm triệu đồng để đầu tư vụ kinh doanh mạo hiểm này.

Quán có hai nhân viên đều được việc và ít nói: Cái Chóe đầu bếp có giọng nói rất chói tai và thằng Chôm bưng bê có cánh tay phải rất lực lưỡng trong khi tay trái mềm oặt như một khúc củi ngấm nước.

Bi và Bo thay phiên nhau điều hành quán để mỗi người vẫn có thể theo đuổi một công việc khác nữa. Nàng dẫn chương trình *Câu chuyện đêm khuya* trên kênh VOV, còn chàng viết báo lá cải để phấn đấu chờ ngày được chuyển sang một cơ quan báo chí chính thống.

Một buổi chiều, Bo trở về quán sau khi đi siêu thị mua tương ớt thì thấy Bi đang trầm ngâm bên cửa sổ. Anh ngồi co cụm trên ghế như một quả bóng, mắt nheo lại vì nắng chiếu thẳng vào mặt. Lẽ thường giờ này Bi đang ở tòa soạn, cặm cụi viết một bài báo vô bổ về mông, về đùi của một cô ca sĩ nào đó hoặc sáng tác lời tâm sự của một người chồng bị vợ bạo hành tình dục.

"Honey. Anh có tâm sự gì vậy?" Vốn là một người nhạy cảm nên Bo lập tức "bắt sóng" tâm trạng của Bi. Nàng đặt mấy can tương ớt to ngoại cỡ xuống sàn nhà, rồi ngồi đối diện với anh.

"Mọt đười ươi!"

Bi bất ngờ trả lời với âm vực hơi cao làm Bo thoáng giật mình. Trán anh nhăn nhúm như vừa ăn phải một quả khế chua loét, gân đỏ mọc kín phần lòng trắng trong mắt. Trên đầu anh một luồng khói đen đặc lơ lửng tích tụ toàn bộ sự giận dữ bấy lâu.

Bo vốn không lạ lẫm gì với những giây phút bất mãn sự đời của Bi, nhưng thái độ của anh lần này có gì đó thực sự nghiêm trọng, như một đám cháy nhỏ bỗng bùng lên dữ dội, hứa hẹn một vụ hỏa hoạn ngoài tầm kiểm soát nếu không nhanh chóng dập tắt. Thêm nữa, nàng chẳng hiểu *Mọt đười ươi* là cái giống gì.

Không bắt nàng phải suy nghĩ thêm nữa, Bi giải thích ngay ngọn nguồn bằng một giọng nói đều đều vô vị hệt như ông thầy dạy môn Đạo đức báo chí của anh.

Mọt đười ươi là một loài động vật được lai giống giữa đười ươi với mọt. Chúng có sức mạnh của loài linh trưởng và khả năng tận diệt của mối mọt. Chúng không có tên trong bất cứ một cuốn từ điển động vật nào. Chúng không sống thành đàn hay riêng lẻ, mà tụ tập trong các *nhóm lợi ích*. Chúng đoàn kết khi săn mồi, nhưng sẵn sàng phản bội hoặc bỏ mặc đồng loại khi gặp nguy hiểm. Chúng không cư trú trong rừng rậm mà âm thầm kiếm ăn ngay tại các thành phố lớn. Chúng là loài ăn tạp nên chẳng tha bất cứ một thứ gì. Tuy là loài gây hậu quả nghiêm trọng và sống ngay cạnh con người, nhưng hầu như chúng ta không phát hiện ra chúng, hoặc vì sợ bị ăn thịt mà không dám phát giác.

"Hôm nay anh đã phát hiện ra một ổ Mọt đười ươi trên đường đi xin xỏ vụ bãi trông giữ xe của quán mình." Bi rùng mình nói, có lẽ những ký ức tồi tệ vẫn bám theo anh tới tận bây giờ.

Số là hôm qua, vài dân phòng đi tuần đã suýt tịch thu mấy chiếc xe máy của khách uống café, với lý do lấn chiếm vỉa hè đường Lát Ván. Mặc dù Bi có nộp tiền thuế đều đặn hàng tháng, nhưng thi thoảng công lý vẫn đột xuất được thực thi, đồng nghĩa rằng sẽ có người phải lên Phường với một chiếc phong bì nhỏ nhưng nặng. Kể từ khi bắt tay xây dựng nên *The Pink Piggy*, họ đã thống nhất với nhau là Bo sẽ phụ trách những công việc cần sự khéo léo, còn Bi giải quyết những chuyện cần sự khéo léo hơn nữa.

Không như Bi hay quan tâm đến những vấn đề to tát và thích bon chen, Bo sống một cuộc sống đơn giản hơn rất nhiều. Nàng quan niệm rằng một siêu anh hùng không nhất thiết phải bay lượn trên bầu trời và đấm vỡ hàm bọn tội phạm. Nàng gom quần áo cũ cho trẻ em vùng cao, quyên tiền chữa bệnh cho các hoàn cảnh khó khăn và nấu những suất cơm trưa năm nghìn đồng với đầy đủ thịt, rau đưa tận tay người nghèo. Với nàng đó chính là hành động có ích cho một thế giới tốt đẹp. Nàng sợ bị chìm nghỉm trong sự méo mó của xã hội lệch lạc này nếu dám đối đầu với nó. Đối đầu với cái ác không phải sở thích của nàng, ngồi sau quầy thu ngân ngắm người khác uống café và kể những câu chuyện lãng mạn ban đêm trên đài phát thanh mới là hạnh phúc của nàng.

Bo gật đầu một cách máy móc trước câu chuyện của Bi, nhưng mắt lại lén nhìn những can tương ớt nằm dưới sàn nhà. Năm can nhựa loại ba lít to tổ chảng mà nàng đã phải mệt bở hơi tai mới vác được lên tầng hai. Chúng đặc sánh, đỏ tươi, cứ như thể người ta đã hứng chúng từ dòng nham thạch nóng chảy của núi Doom ở Mordor vậy. Nàng thà uống hết số tương ớt này còn hơn phải nghe Bi kể lể về phát hiện mới mang tính đột phá của ngành Động vật học.

Nhưng cuối cùng Bo vẫn kiên nhẫn đợi Bi hoàn thành bản báo cáo về Mọt đười ươi của mình. Nàng chậm rãi hỏi:

"Thế bây giờ anh định làm gì? Đi loanh quanh thành phố với một chai thuốc xịt côn trùng và một nải chuối ư?"

Lời nói đùa của nàng rõ ràng không có tác dụng, mặt Bi càng lúc càng đỏ ửng do hứng nắng quá lâu.

"Vô ích. Chúng sinh sản còn nhanh hơn kiến và sống dai hơn cả gián. Nhưng anh đã tìm ra cách tiêu diệt chúng rồi..."

Bi chờ Bo hỏi đó là cách gì, nhưng nàng chỉ nhún vai, thế là anh tiếp tục:

"Chính là ánh sáng. Giống như ma cà rồng, chúng sẽ chết dần chết mòn dưới ánh sáng ban ngày. Anh phải đưa chúng ra ánh sáng, với ngòi bút và lương tâm của một nhà báo đích thực."

"Em tưởng *Đàn Bà Ngày Nay* chỉ đăng tin lá cải chứ không bàn chuyện thế giới động vật?" Bo thắc mắc.

"Anh đái vào cái nhà thổ đó." Bi bức xúc văng tục. "Anh sẽ tự thực hiện phóng sự của riêng mình và gửi cho các tờ báo chính thống."

Bo hít một hơi thật sâu, sắp xếp cho ngay ngắn những câu từ mà nàng sắp nói với Bi. Thuyết phục người khác là một nghệ thuật, và Bo đích thực là một nghệ sĩ đương đại. Công thức của nàng luôn luôn là bắt đầu với những lời ngọt ngào đến mức ruồi cũng phải chết vì đái đường. Sau đó, những câu hát ru êm đềm rót vào tai sẽ làm đối phương chìm vào giấc mộng tuổi thơ. Hiển nhiên khi người ta đã không còn tỉnh táo thì sự đanh thép và lập luận đầy hợp lý tiếp theo sẽ khiến họ đầu hàng vô điều kiện.

"Honey, với tư cách bạn gái và bạn làm ăn của anh, em phải nói với anh vài điều." Nàng chớp chớp đôi mắt đen láy long lanh trước khi nhả mật ngọt nơi đầu lưỡi.

"Anh là chàng trai hoàn hảo nhất mà em từng gặp. Chẳng những dễ thương mà anh còn đẹp trai nhất vùng. Trí thông minh của anh khiến Albert Einstein khóc rưng rức, tầm nhìn của anh luôn đi trước Steve Jobs ba trăm năm và anh hài hước đến mức chỉ cần nói câu 'Trời hôm nay đẹp nhỉ' cũng làm Châu Tinh Trì cười đến đứt ruột mà chết..."

"Chiêu ru ngủ này không có tác dụng với anh đâu." Bi cắt lời nàng, thái độ càng lúc càng khó chịu. "Tại sao em không ủng hộ anh nhỉ? Em không thấy đã đến lúc anh nên thôi cái công việc thất đức hiện giờ để hướng tới những gì có giá trị hơn sao?"

"Em chưa từng cho rằng công việc hiện giờ của anh là thất đức," Bo phủ nhận, "anh lao động chân chính bằng chất xám của mình, việc gì mà phải xấu hổ? Em cũng không ngăn cản anh mà chỉ muốn anh cân nhắc xem có đáng để làm thế không. Anh sẽ không có nhiều thời gian để chăm lo công việc cùng em như trước đã đành, em không muốn anh rước rắc rối vào người."

"Em không tin anh có thể làm được việc lớn chứ gì? Được rồi, để anh chứng minh cho em xem." Bi đứng phắt dậy, mở nắp một can tương ớt và trước sự ngỡ ngàng của Bo, anh dốc ngược nó lên để từng dòng nham thạch đặc sệt từ núi lửa Doom chảy vào cuống họng của mình. Bo biết lần này Bi không nói chơi.

❑

Vì còn bận rộn cho loạt phóng sự nên Bi không còn thời gian quán xuyến quán café. Bo đành phải từ bỏ tất cả công việc và hoạt động giải trí bên ngoài để túc trực ở quán. Mùa đông đang đến, số lượng khách hàng thích được ngồi trong không gian ấm cúng nghe nhạc Bob Marley tăng vọt, càng khiến nàng và các nhân viên thêm vất vả.

Chưa đầy hai tuần sau buổi hôm đó, Bi cho Bo xem bài phóng sự đầu tiên anh viết được đăng trên *Thủ Lệ thời báo* số ra ngày Chúa Nhật với vẻ rất tâm đắc. Tiêu đề của nó là *"Biên niên ký về Mọt đười ươi"* – Phần 1: *Xuất xứ và nhận diện.*

Mọt đười ươi đã xuất hiện cùng thời điểm với loài người, vốn mang đặc tính tương thích cao với môi trường xung quanh nên ở mỗi vùng địa lý khác nhau chúng lại có văn hóa, màu sắc cũng như khẩu vị riêng. Tại Việt Nam, mọt đười ươi được ghi nhận từ thời kỳ lúa nước. Chúng bắt đầu phát triển mạnh nhất ở thời đại tem phiếu và xe đạp Thống Nhất. Đến nay, loài này đã để lại hậu quả khắp mọi nơi, từ những con đường cao tốc vừa xây xong đã nứt cho đến những con đập trị giá nghìn tỷ không chịu nổi cú húc của một chiếc xe ben do một thằng tài xế say xỉn lái.

Để phát hiện mọt đười ươi, không thể dùng mắt thường mà phải dùng mũi. Với đặc tính ăn tạp và thích trốn trong bóng đêm nên loài này thường tiết ra một mùi rất đặc trưng. Giống như mùi mồ hôi người hòa lẫn với cao su cháy. Khi ở gần con người, chúng khiến ta cảm thấy bất an, sợ hãi và mất mát. Hãy thường xuyên để ý những đối tượng vật chất xung quanh mình, nếu bạn luôn có cảm giác trống vắng, mỏng manh hay thiếu thốn, rất có thể đó là hậu quả do mọt đười ươi gây ra...

"Hay quá honey ơi!", Bo vỗ tay như một đứa trẻ thích thú xem khỉ diễn trò trong vườn thú. Thật khó để đánh giá lời khen này là thật lòng hay giả dối. Nhưng Bi chẳng quan tâm, lần đầu tiên trong đời anh chống lại cái ác, giống như trong các câu chuyện về siêu anh hùng, *công lý ở bên ta nên dù ta làm gì cũng đúng đắn.*

Suốt cả tuần sau đấy chẳng thấy Bi đến quán, anh nói mình phải đi phỏng vấn các nhân chứng sống ở tận đẩu tận đâu. Bo cứ ngỡ chắc phải cả tháng nữa Bi mới vác mặt về. Chẳng ngờ đúng sáng Chúa Nhật tiếp theo đã thấy anh đến quán trước cả nàng, ngồi rung đùi uống café và chăm chú đọc tờ *Thủ Lệ thời báo* vẫn còn thơm mùi mực in và giấy mới.

Phần 2: Loài ăn tạp trong ký ức nạn nhân.

Sau nhiều ngày đánh hơi, nhóm phóng viên đã tiếp cận được với Người Dứa, một nạn nhân của mọt đười ươi. Hiện ông đang sống ngoài hoang đảo và thề sẽ không bao giờ trở lại đất liền, do bị ám ảnh bởi những mất mát đau thương cũ.

Bề ngoài khắc khổ và già nua như một cụ ông trăm tuổi, Người Dứa hồi tưởng lại chuyện cũ, thi thoảng giọng ông nghẹn đi vì xúc động, đôi khi còn nổi da gà rùng mình sợ hãi. Ông cho biết trước đây mình sở hữu cả một vườn dứa rất lớn. "Tôi yêu dứa hơn cả con đẻ của mình", ông tâm sự, "tôi tắm cho chúng bằng nước khoáng Lavie, đút phân bón xịn cho chúng ăn, áp từng quả lên má để nựng nịu trước khi mắc màn cho chúng đi ngủ, chỉ thiếu điều dạy chúng môn toán là tôi chưa làm. Anh nhà báo không hiểu được tình cảm của tôi dành cho dứa nó vĩ đại thế nào đâu, còn thiêng liêng hơn cả tình phụ tử, lãng mạn gấp tỷ lần tình yêu lứa đôi và sục sôi đốt cháy những mối quan hệ tinh thần khác.

Bọn chúng đến nhanh hơn cả một tia sét, nhẹ hơn lông nách và tàn bạo hơn bom nguyên tử. Khi tôi còn chưa kịp nhận ra điều gì thì chúng đã hủy hoại quá nửa khu vườn. Chẳng có dấu hiệu nào hết, mọi thứ cứ dần biến mất, thưa thớt và mai một. *Ngày qua ngày, tôi bất lực chứng kiến mọi thứ xung quanh mình bốc hơi vào hư vô, như thể chưa từng tồn tại bao giờ. Cảm giác đó giống như anh bán hàng ở vỉa hè vậy. Đồ đạc của anh rải tứ tung dưới lòng đường trong khi người qua lại thì quá đông. Chỉ cần anh lơ là quay mặt đi trong chốc lát là đã có kẻ nhanh tay thó một món hàng của anh rồi. Tôi đã rình bắt, đã đặt bẫy nhưng chưa từng bắt được một con mọt đười ươi nào, thậm chí đến hình dạng thực sự của chúng cũng chưa thấy. Nhưng nỗi đau mất mát về vật chất không đáng sợ bằng cảm giác bất an, bất lực, bất toại và rất nhiều loại bất khác mà tôi phải gánh chịu. Hàng đêm, trong giấc ngủ khó nhọc của mình, tôi thấy chúng ghé sát vào tai tôi thì thầm rằng hãy biết điều mà để chúng kiếm ăn, chúng sẽ chừa lại cho cái mạng, còn mà phản kháng chúng sẽ ăn thịt tôi và những người thân của tôi...*"

"Thực sự là em không đồng cảm lắm với *Người Dừa* của anh." Bo thừa nhận.

"Bọn biên tập viên đã cắt xén bớt đi, lũ hèn nhát sợ bị mọt đười ươi trả thù." Bi nhấp một ngụm café rồi nhăn mặt, chẳng biết do café đắng quá hay do thất vọng.

"Mọt đười ươi đáng sợ đến thế sao?" Bo thắc mắc.

"Chúng cực kỳ đáng sợ, nhưng lại có khả năng làm cho loài người nghĩ rằng chúng không đáng sợ, điều đáng sợ nhất chính là ở chỗ đó." Bi nhấn mạnh.

"Vậy là chúng đáng sợ vì tạo ra cảm giác không đáng sợ hay chúng đáng sợ vì cơ bản chúng đã đáng sợ rồi?" Bo nhún vai.

"Em lại mỉa mai anh rồi," Bi tỏ vẻ không hài lòng, "em nên gặp trực tiếp ông già khốn khổ đó để biết chúng đã hủy hoại cuộc đời ông ấy như thế nào. Ổng cảnh báo anh đến hàng tỷ lần trong suốt cuộc nói chuyện rằng đừng đụng vào chúng nếu còn muốn sống yên ổn trên cõi đời này, rằng một khi đã tuyên chiến với chúng, anh sẽ không bao giờ được ngủ ngon giấc nữa, và chúng sẽ hủy hoại những người thân của anh cho đến khi anh chẳng còn ai. Dĩ nhiên chi tiết này không được đưa vào bài báo."

"Nếu vậy có thể em sẽ gặp nguy hiểm, anh nên cân nhắc điều đó." Bo nói.

"Họ sợ mọt đười ươi vì chúng lẩn trốn trong bóng tối, nơi họ không thể định hình được chúng. Tại sao ta luôn hình dung chúng với những quyền năng to tát, thay vì nghĩ rằng chúng sợ ta nên mới phải trốn tránh trong đó?" Bi phản biện.

"Honey, em không sợ những thứ nhảm nhí *chưa-chắc-đã-có-thật* đấy. Em chỉ lo cho anh mà thôi, đừng sa đà vào chuyện không phải của mình." Bo nói bằng ngữ điệu ôn hòa hết sức có thể.

"Bây giờ em lại nghĩ rằng anh bị hoang tưởng nữa sao?" Bi tức tối đập bàn, cốc café của anh rơi xuống sàn nhà vỡ tan tành, khiến tất cả các thực khách phải quay lại nhìn. Sau vài giây bối rối, anh lặng lẽ đứng dậy bỏ đi, mặc cho Bo đang ướt nhòe hai mí mắt.

❐

Như đã đề cập ở trên, Bo có kỹ năng giao tiếp khiến cho ruồi cũng phải chết vì đái đường, thế nhưng lần này nàng đã thực sự bất lực trong việc thuyết phục người khác, đau đớn hơn khi đó chính là bạn trai của nàng. Bi không phải người cứng đầu, lại rất biết phải trái, nhưng lần này anh đã thể hiện thái độ quyết tâm đến mức Bo cảm thấy không thể tác động nổi, giống như một thiên thạch lao vun vút về phía Trái Đất với tốc độ ánh sáng. Mặt khác, mỗi lần muốn nói ra ý kiến của mình, Bo lại thấy những từ ngữ được sắp xếp thẳng hàng thẳng lối chờ được bật ra khỏi cuống họng bỗng nổi loạn, chen lấn xô đẩy nhau như người dân đi mua hàng đại hạ giá vậy. Kết cục là nàng chỉ thoát được chưa đến một phần mười những gì muốn nói.

Đôi khi nàng chột dạ nghĩ hay chính mọt đười ươi đã tạo ra cảm giác bất lực ở mình, giống như chúng đã làm với Người Dứa. Ngay cả sự quyết tâm đột xuất kia của Bi cũng là do chúng thổi vào đầu óc anh. Nhưng rồi nàng vội xua ngay ý nghĩ đó đi. Thứ nhất là làm vậy chẳng có ích gì cho chúng, lẽ ra chúng phải dập tắt Bi và tiếp sức Bo ngăn chặn chuyện này xảy ra mới hợp lẽ. Thứ hai là nàng không tin trên đời có tồn tại một loài như vậy, chắc chắn chúng sẽ bị con người phát giác từ lâu, chẳng đến lượt Bi *đưa chúng ra ánh sáng* như anh vẫn tự hào tuyên bố.

Từ hôm đó trở đi, Bi lặn mất tăm mất tích, chẳng thể nào liên lạc được. Bo tự hỏi anh đang giận nàng hay đã bị mọt đười ươi ăn thịt rồi. Càng gần cuối năm, danh sách những việc cần làm cứ dài thêm. Đã vậy chiếc Black Berry già một ngày đẹp trời bỗng lăn đùng ra chết do sử dụng quá nhiều.

Người không thấy đâu, nhưng tạp chí vẫn đều đặn được gửi đến vào đầu giờ chiều ngày Chúa Nhật khiến Bo thêm bực bội. Bản thân nàng vất vả cày ải như một con nô tì suốt từ sáng đến đêm chưa hết việc, trong khi có kẻ đang thành thơi đi mây về gió ở xó xỉnh nào đó để đuổi bắt những con vật không có thật nhằm thỏa mãn thói hoang tưởng bệnh hoạn. Sự bực bội chỉ chuyển thành lo lắng khi Bi bất chợt gọi điện cho nàng vào một buổi chiều đông lạnh lẽo.

"Anh đã ở cái chỗ quái quỷ nào suốt ba tuần qua thế hả? Có biết bố mẹ anh và em lo lắng thế nào không? Em chuẩn bị dẹp luôn cái quán café này đến nơi rồi đây, anh có định vác xác về hay không còn biết?" Bo tuôn luôn một tràng không cần suy nghĩ.

Nhưng Bi chẳng trả lời một câu hỏi nào của Bo, anh nói một cách chậm rãi, không phải kiểu nhàn nhã, mà giống như người vừa kiệt sức sau một chuyến đi dài.

"Những tờ báo có đăng phóng sự của anh, em có nhận đủ không?"

"Mặc xác cái phóng sự điên rồ đó, hãy trả lời câu hỏi của em đi đã!" Sự mềm mỏng, điềm tĩnh của Bo đã hoàn toàn biến mất, chưa khi nào nàng mất kiểm soát như lúc này.

"Nếu em nhận đủ rồi thì tốt. Hãy giữ chúng cẩn thận. Trong đó anh đã viết thêm bằng bút chì rất nhiều thông tin không được đăng trong quá trình kiểm duyệt. Những cái đó sẽ có ích cho em sau này." Bi vẫn phớt lờ thái độ giận dữ của nàng.

"Nghe này, honey..." thanh quản của Bo run bần bật như người sốt rét, nàng không biết nên bắt đầu như thế nào. "Nếu anh đã chán kinh doanh nhỏ lẻ, hay thậm chí là hết yêu em rồi... thì xin hãy nói rõ ràng một câu. Anh không phải bịa ra một đười ươi hay bất cứ một câu chuyện dối trá lố bịch nào khác để ngụy biện cho hành vi của mình."

"Đừng đi bằng cửa chính." Bi nói ngắn gọn.

"Cái gì cơ?" Bo bối rối không biết mình có nghe nhầm không. Nàng có cảm giác mỗi người đang tự nói chuyện với chính họ chứ không phải là cuộc đối thoại hai chiều.

Bi không trả lời, một khoảng lặng thinh chen vào giữa họ. Sự im lặng đó làm Bo liên tưởng rằng Bi đang ở một không gian rất tối tăm và bức bí, đại loại như dưới lòng đất hay ở trong một tấm chăn đã bịt hết các đầu. Nàng căng hết màng nhĩ lên để định vị âm thanh, giống như người áp tai vào bức tường mà lắng nghe, trong khi phía bên kia bức tường cũng có một người ở tư thế tương tự. Nhưng nàng chẳng nghe thấy gì hết, dù là tiếng thở của Bi hay tạp âm của không khí.

"Anh yêu em". Đột nhiên giọng nói của Bi phá tan sự tĩnh lặng căng thẳng, như mặt hồ phẳng lặng hàng nghìn năm bỗng bị cả một tảng núi từ trên trời rơi xuống. Bo giật mình, nhưng chỉ khẽ nhíu lông mày chứ không thốt ra thành lời.

Bi dập máy.

Chỉ có trời, đất và hai đứa Chóe, Chôm là hiểu được tâm trạng lẫn lộn của Bo lúc này. Nàng không khóc vì nước mắt sẽ làm nàng trông thật thảm hại, cũng không gào thét la hét vì trông sẽ thật ngu ngốc. Nhưng tâm trạng của nàng thay đổi theo từng giai đoạn trong ngày và biểu hiện qua những màu sắc khác nhau trên khuôn mặt. Khi mặt nàng tai tái màu xám và đôi mắt chứa cả một bể u sầu là biết nàng đang buồn. Rồi bỗng dưng làn da chuyển sang xanh nhạt và bủng beo như người chết là đang sợ hãi, lo lắng cực độ. Cuối cùng, trạng thái đỏ ửng như nhúng nước sôi là lúc mọi người nên tránh xa cơn thịnh nộ nghìn độ của nàng.

"Chị Bo ơi, em muốn xin lời khuyên của chị. Bạn trai em bỏ nhà đi biền biệt cả tháng nay, chẳng gọi điện hay nhắn nhủ gì cho em cả. Liệu anh ấy có thể đi đâu được ạ?" Tâm sự của một thính giả qua radio như lời cầu khẩn giữa đêm khuya.

"Ở đâu ấy hả?" Bo rít lên qua kẽ răng, tiếng thở hắt của nàng được phóng đại nhiều lần qua micro như tiếng gió lùa sởn gai ốc. "Có lẽ giờ này bạn trai em đang nhảy múa với mọt đười ươi ở một vườn dứa nào đó..."

"Xin lỗi, em không hiểu... ý chị là sao ạ?"

"Ý chị là quỷ tha ma bắt em đi. Đến cả bạn trai chị mà chị còn chẳng biết đang ở đâu, việc *đéo* gì chị phải biết chuyện bạn trai em? Tôi nguyền rủa các người và bọn mọt đười ươi, các người nên cút hết xuống địa ngục cho khuất mắt tôi!!!"

Chương trình *Tâm sự đêm khuya cùng Bo* đã từng rất thành công và thu hút năm mươi nghìn thính giả, nay bị khai tử vĩnh viễn.

▢

Chín giờ sáng hôm sau, Bo chỉ vừa mới chìm vào giấc ngủ thực sự sau cả đêm lơ lửng với những câu hỏi không lời giải đáp thì đã bị đánh thức bởi tiếng chuông điện thoại. Kể từ khi Bi mất tích, nàng đánh rơi sự kỷ luật và nề nếp lúc nào chẳng hay.

Mắt nhắm mắt mở với cái đầu ù đặc nhức nhối, Bo với lấy chiếc điện thoại iPhone mới sắm, để rồi nhận ra tiếng chuông không phải từ nó. Tiếng chuông quen thuộc đang phát ra từ chiếc Black Berry hỏng nằm trên giá sách. Nàng đã không vứt nó đi mà giữ lại làm kỷ niệm. Chắc chắn nó đã hỏng hoàn toàn, không có sim và hết sạch pin. Thế nhưng giờ đây màn hình của nó đang phát sáng hiển thị cuộc gọi đến, chuông báo inh ỏi và rung bần bật.

Mặc dù rất kinh ngạc và bối rối, Bo vẫn quyết định bấm nút nghe, màn hình không hiển thị số người gọi đến.

"Cháu là Bo phải không?" Người ở phía bên kia lên tiếng ngay khi nàng bắt máy. Giọng đàn ông, trầm đục và có vẻ nôn nóng.

"Vâng. Xin hỏi ai đấy ạ?" Nàng ngồi xuống giường, lấy chăn đắp lên chân cho đỡ lạnh.

"Tôi là Người Dứa."

Trong chớp mắt, ký ức về bài phỏng vấn Người Dứa trở lại với Bo. Lẽ nào là ông ta? Tại sao ông ta gọi cho mình, và làm sao có thể gọi vào một chiếc điện thoại hỏng? Ông ta có liên quan gì đến sự mất tích của Bi không? Một loạt câu hỏi đồng loạt phá toang xiềng xích, tràn hết ra ngoài, gây nên một cơn choáng váng cho Bo. Suýt nữa nàng đã nôn thốc nôn tháo ra giường.

"Giờ không phải lúc để thắc mắc." Ông nói, dường như đọc được suy nghĩ của Bo. "Xin lỗi đã đường đột, và chắc chắn cháu sẽ không tin những gì tôi sắp nói, nhưng hãy lắng nghe cho kỹ bởi tôi chỉ có thể nói một lần thôi. Hãy sắp xếp hành lý gọn nhẹ và ra sân bay ngay bây giờ. Tôi đã đặt vé cho cháu đi Phú Quốc vào chuyến sớm nhất. Khi đến đó sẽ có thuyền chở cháu ra một hòn đảo bí mật nằm ngoài khơi biển Đông, nơi không thuộc chủ quyền của quốc gia nào, *chúng* sẽ không làm gì được cháu."

"Chúng là ai, chúng là cái gì?" Bo vẫn chưa hiểu ý Người Dứa.

"Mọt đười ươi." Ông đáp.

"Tại sao cháu phải chạy trốn mọt đười ươi? Cháu đâu có làm gì chúng?"

"Lẽ ra chúng đã bỏ qua cháu. Nhưng giờ chúng đã nghĩ lại, sau sự việc đêm qua, khi cháu nhắc đến chúng hai lần liền trên đài phát thanh." Người Dứa giải thích.

"Thưa bác già, cháu không muốn vô lễ." Bo hít một hơi thật sâu và cố lấy lại chút tự tin thường tình. "Cháu không quan tâm đến những chuyện hoang đường đó, cháu chỉ quan tâm đến bạn trai cháu, nếu bác tình cờ biết anh ấy đang ở đâu thì xin hãy cho cháu biết với."

"Cháu sẽ không bao giờ gặp lại cậu ta nữa đâu."

Câu trả lời của ông già như một quả đạn pháo bắn thẳng vào tâm trạng nứt căng của Bo, khiến nó nổ tung không còn một manh xác. Nước mắt giàn giụa chảy xuống hai gò má nàng, căn phòng lạnh lẽo chìm trong tĩnh lặng chỉ có tiếng nấc từng hồi. Chẳng hiểu vì sao, nàng tin rằng Người Dứa đang nói thật.

"Tôi xin lỗi vì đã làm cháu buồn. Nhưng đó là sự thật và tình hình cũng rất nghiêm trọng. Đường dây này không còn an toàn nữa, tôi phải cúp máy đây. Mỗi giây phút chần chừ chỉ tạo thêm cơ hội cho chúng chặn mọi lối thoát của cháu thôi. Chúc cháu may mắn." Sau lời từ biệt của Người Dứa, chiếc điện thoại tắt ngúm, lạnh lẽo và im lặng như một thây ma.

❏

Bo cho các nhân viên nghỉ phép không lương, quán cũng đóng cửa vô thời hạn. Thật không khôn ngoan khi dừng việc kinh doanh vào tháng cao điểm cuối năm, nhưng đầu óc nàng bây giờ chẳng còn tâm trạng cho chuyện cơm áo gạo tiền. Trưa nay, nàng đã ngâm mình trong bồn tắm suốt một tiếng đồng hồ. Nàng không có thói quen tắm nước nóng, nhưng hơi ấm đã nâng đỡ tâm trạng của nàng lên rất nhiều. Giờ nàng đang uống một tách café đen cực đặc để khởi động cho quá trình *lọc não*. Toàn bộ rèm đã kéo xuống, cửa khóa chặt, chỉ có chiếc đèn trang trí đặt trên lò sưởi đang nhào nặn những luồng sáng khiêm tốn nhưng ấm áp, đưa The Pink Piggy chìm vào một không gian kín cục bộ.

Bo luôn quan niệm sự minh mẫn đi kèm với khả năng biểu đạt ngôn ngữ, những lời nói trôi chảy là biểu hiện của một người tỉnh táo, ngược lại, khó giao tiếp là bởi tâm trí bất định. Từ lâu nàng đã phát minh ra một phương thức giúp kiểm soát đầu óc mỗi khi bị quá tải hoặc xúc động mạnh, đó là soạn ra một bài phát biểu từ ba mươi đến năm mươi câu với chủ đề bất kỳ, tự sắp xếp và ghi nhớ chúng trong đầu, sau đó đọc to một cách trôi chảy. Phương pháp này có thể hơi khó khăn cho người mới bắt đầu, nhưng với người sống bằng ngôn ngữ như Bo thì dễ dàng hơn ăn kẹo. Tuy vậy, bệnh nặng thì cần thuốc liều cao, buổi *lọc não* hôm nay đã được tăng thành một trăm câu, chủ đề của bài diễn thuyết chính là tóm lược toàn bộ các sự kiện xảy ra gần đây với nàng.

Thật khó khăn để thai nghén ra câu chữ, nuôi chúng trưởng thành và bắt chúng đứng thẳng hàng thẳng lối. Bo buộc phải hoạt động như một vị chỉ huy nghiêm khắc, phạt những kẻ vô kỷ luật phải làm đi làm lại cho đến khi vào quy củ. Mất hơn một tiếng, nàng mới hoàn thành xong bài diễn thuyết, tuy nhiều lúc bị tắc nghẹn và cảm thấy bất lực, nhưng nàng nhất quyết không bỏ cuộc.

"Cuối cùng, khi cuộc đời tôi đã bị đảo lộn hoàn toàn chỉ sau chưa đầy hai tháng, giống như người đang ở nông thôn bị ném về thành phố, từ nữ chuyển giới nam, từ ăn chay bỗng thèm thịt gà muốn chết... Giờ đây tôi đã đủ tỉnh táo để đối diện với điều sắp xảy đến với mình. Tôi không biết liệu mình có hối hận khi không bỏ trốn như lời khuyên của Người Dứa, nhưng dù điều đó có là gì, tôi cũng muốn giải quyết dứt điểm một lần và mãi mãi với nó."

Quá trình *lọc não* đã kết thúc, mồ hôi thấm ướt cổ áo dù đang giữa mùa đông và nàng chẳng hề vận động cơ thể. Cổ họng khát khô, nhưng nàng quá mệt mỏi để đứng dậy rót một cốc nước. Tình trạng thao thức cả đêm qua cùng bài diễn thuyết tốn sức vừa rồi nhanh chóng khiến nàng chìm vào giấc ngủ.

Đó là một cơn ngủ bất chợt, không mộng mị, chìm sâu xuống tận vô thức. Khi nàng tỉnh dậy đã là chín giờ, căn phòng chìm trong bóng tối, trăng tròn tạt ánh sáng vào cửa sổ, biến dạng méo mó các bộ bàn ghế. Nàng nhớ đã kéo kín rèm và đóng cửa từ chiều vì không muốn ai nhìn thấy nàng nói chuyện một mình, vậy mà bây giờ tất cả các cửa sổ đều được mở tung ra, lột trần căn phòng dưới ánh trăng, nhấn chìm nàng trong gió rét đêm đông. Cảnh tượng này chẳng khác nào một bộ phim kinh dị mà kết thúc là tất cả các nhân vật đều chết vì những điều khủng khiếp. Bo không sợ chết, nhưng giống như tất cả các phụ nữ khác, nàng sợ ở một mình trong bóng đêm.

Dù sao Bo cũng đã lấy lại được sự bình tĩnh vốn có. Kéo sát hai vạt áo khoác mỏng vào người, nàng đứng dậy bật công tắc, nhưng đèn không sáng. Đường Lát Ván đã hoàn toàn chìm trong bóng đêm. Nàng mò mẫm trong ngăn kéo một lúc cũng xoay xở được chiếc đèn compact sạc điện cầm tay. Ánh sáng xanh nhạt hình cầu như phép màu hộ mệnh lơ lửng trên tay Bo, tuy không soi rọi được cả căn phòng, nhưng đủ để nàng nhận ra sự thay đổi bất thường của nó. Toàn bộ rèm và các cánh cửa sổ, những chiếc đèn trang trí, một số bàn ghế, gạt tàn và bảng thực đơn đồ uống, ảnh treo trên tường, đệm ngồi... đã biến mất. Cùng lúc đó một trận gió ào ạt lạnh buốt đến tận tủy nện một cú chí mạng vào gáy Bo, làm nàng chịu không nổi phải khuyu đầu gối xuống nền nhà. Lỗ chân lông trên da nàng dựng đứng vì lạnh, mũi ứ đặc mùi cao su cháy lẫn với mùi mồ hôi. *Chúng* đang ở quanh đây, nàng tự thì thầm với mình.

Một tay nàng ôm chặt chiếc đèn compact vào lòng để lấy hơi ấm, tay kia bịt mũi và cố thở bằng mồm. Sau một hồi nàng cũng lấy lại được chút sức lực, đoạn bật dậy chạy nhanh hết sức ra cửa chính. Khung cửa và bản lề vẫn còn nguyên, nhưng ở nơi lẽ ra là cánh cửa đã biến thành bức tường gạch, im lìm và chắc chắn như thể nó vốn dĩ ở đó. Bóng của nàng in lên bức tường, méo mó và tuyệt vọng hơn cả bản thể của nó. *Chúng đã chặn mọi lối thoát của mình*, nàng nghĩ tới Người Dứa cùng lời cảnh báo của ông.

Đừng đi bằng cửa chính, chẳng phải Bi đã từng dặn nàng đó sao? Nhưng không dùng cửa chính thì đâu còn đường nào nữa? Bo nâng chiếc đèn lên cao nhất có thể và đảo mắt quanh căn phòng, cho đến khi dừng lại ở ban công. Chính là nó, Bo thầm nhủ.

Đây sẽ là cảnh tượng mà suốt đời này Bo không bao giờ quên. Cả con đường Lát Ván dài ba cây số được lát bởi hàng chục nghìn tấm gỗ giờ chỉ còn trơ trọi đất đá dưới ánh trăng vằng vặc thê lương. Tất cả đèn đường và cột điện đều đã biến mất. Những chiếc xe máy, xe hơi giờ đây chỉ còn là những chiếc lốp cao su vứt chỏng chơ. Không một bóng người hiện hữu trong tầm mắt của Bo. Các ngôi nhà đều mất mái hoặc chỉ còn móng, thậm chí đã bị san phẳng thành bình địa. Bốn bề tối tăm vắng lặng như thành phố sau ngày tận thế. Bo vẫn đứng trên ban công tầng hai với chiếc đèn tiết kiệm điện năng, trơ trọi và mất mát, không biết nên sử dụng loại cảm xúc nào của con người cho trường hợp này.

Nàng chỉ hoàn hồn khi nghe thấy tiếng ai đó réo tên mình với âm lượng chói tai.

"Chị Bo, xuống đây nhanh lên!"

Cái Chóe và thằng Chôm đang gọi nàng từ dưới đường. Một chiếc thang được dựng thẳng lên lan can ban công, thằng Chôm giữ đầu thang phía dưới bằng bàn tay phải lực lưỡng. Nàng như đứa trẻ được gặp lại bố mẹ sau cả ngày phải ở nhà một mình, vội trèo xuống nhanh hết mức có thể, chỉ mong chiếc thang không biến mất giữa chừng.

"Xe buýt đang chờ ở cách đây hai dãy nhà," Chóe đưa tay chỉ hướng cho nàng, "xe sẽ đưa chúng ta ra sân bay. Phải nhanh lên vì chuyến bay cuối cùng sắp cất cánh rồi."

"Làm thế nào mà bọn em biết chuyện của chị?" Ngày hôm nay Bo đã phải trải qua hết bất ngờ này đến ngạc nhiên khác, cứ như thể cả thế giới đã chuyển động mà không cho nàng biết.

"Bởi vì đó là lý do tồn tại của bọn em." Cả hai đứa cùng đồng thanh.

Nếu là cách đây hai tháng, không đời nào Bo chấp nhận câu trả lời này. Nhưng sau khi đã trải qua từng đó chuyện, giờ đây chẳng còn điều gì trên đời khiến nàng bận tâm nữa. Bo nhìn khuôn mặt sợ hãi của hai đứa nhân viên rồi ngước lên tầng hai. Tấm bảng hiệu to đẹp của Bi đã biến mất, căn phòng tối tăm và lạnh lẽo đến mức đáng sợ. Nàng bất giác cắn môi khi nghĩ lại khoảng thời gian Bi và nàng đã cùng xây dựng nên quán café đó. Mọt đười ươi đã phá hủy tất cả những gì thuộc về nàng, một cách nhanh chóng và nhẹ nhàng đến mức không tưởng.

"Đưa nó cho chị." Bo chỉ vào chiếc đèn pin công suất lớn của Chóe.

Hai đứa bối rối nhìn nhau không hiểu Bo muốn gì. Nàng không chờ nữa mà giật nó khỏi tay Chóe.

"Hai đứa đi đi, chị sẽ ở lại. Mọt đười ươi rất sợ ánh sáng, chị nghĩ chiếc đèn này sẽ giúp chị an toàn." Nàng giải thích.

"Nhưng tại sao?" Cả hai cùng đồng thanh hỏi.

Bo dành cho cả hai đứa những cái nhìn biết ơn và nói:

"Anh Bi đã viết ra những thông tin rất giá trị về mọt đười ươi trong các cuốn tạp chí mà chị phải lấy lại. Nhất định trong đó có cách để tiêu diệt chúng. Phải có người chống lại chúng, nếu không sẽ có ngày chúng hủy hoại cả thế giới này mất."

"Chị điên rồi. Bọn chúng rất đông và mạnh. Một người trần mắt thịt như chị sao có thể đấu lại?" Chôm phản đối.

"Làm sao em biết điều đó khi em chưa từng nhìn thấy chúng? Sao không nghĩ rằng chính vì chúng sợ ta nên mới phải trốn trong bóng tối." Nàng nhắc lại những lời của Bi trước đây, vậy mà từng có lúc nàng cho rằng nó thật nhảm nhí.

Sau vài phút tranh cãi, cuối cùng hai đứa cũng bị Bo thuyết phục mà rời đi. Chỉ còn lại nàng với vũ khí là chiếc đèn pin và lòng can đảm. Thật kỳ lạ vì chỉ trong một khoảng thời gian ngắn mà nàng đã không còn thấy sợ hãi nữa. Thậm chí giờ đây nàng có thể đọc to một bài phát biểu ngắn về những gì mình sắp làm:

"Kính thưa quý vị, trước đây tôi từng cho rằng siêu anh hùng không nhất thiết phải biết đấm vỡ hàm kẻ xấu. Nhưng có lẽ tôi đã hơi nhầm một chút. Đôi khi cái ác chỉ có thể bị khuất phục bằng bạo lực. Không ai trong chúng ta thích bạo lực. Nó làm bàn tay của chúng ta đau và bẩn. Nhưng nếu quý vị không chịu hành động, sớm muộn gì cũng có ngày cái ác gặm nhấm hết chút can đảm khiêm tốn của quý vị mà thôi."

Nàng dùng cả hai tay ghì vào chiếc thang một lần nữa để thử độ chắc chắn của nó, rồi nhẹ nhàng trèo lên.

Cuộc đời của khăn giấy

Ngoài đam mê bất tận với phim ảnh, San San rất thích lê la quán xá. Cứ mỗi khi rảnh rỗi là chúng tôi lại chui vào một quán ăn vỉa hè và không bao giờ đứng dậy cho đến khi bị đuổi. San San không ham ăn lắm, chủ yếu là cô thích tận hưởng không khí bờ bụi. "Ngồi giữa đường phố thực hiện một trong tứ khoái, trước sự chứng kiến của hàng nghìn người qua lại, cảm giác như đang khỏa thân đi trong công viên vào mùa hè ấy. Thoải mái và điên cuồng lắm." San San giải thích.

SỐ PHẬN CỦA MỖI CON NGƯỜI ĐỀU ĐƯỢC GẮN LIỀN với một vật nào đó. Các lang băm và nhà giáo biến chất hạnh phúc cả đời với chiếc phong bì gấp tư. Các phóng viên báo lá cải không thể thiếu cái lưỡi dài ngoẵng để la liếm khắp hang cùng ngõ hẻm. Hay đơn giản như thằng Voi còi em họ tôi bị bệnh kiết lị mãn tính, đâm ra không bao giờ dám đi xa khỏi cái nhà vệ sinh quá năm mét.

Thế nhưng có một người không đồng tình với quan điểm này, đó là San San, bạn gái cũ của tôi. Cô ấy là sinh viên trường Điện ảnh, nên có cách lập luận rất đa chiều.

"Một diễn viên phải đóng rất nhiều vai trong cuộc đời, nên chắc chắn không thể gắn bó cố định với một điều gì được, với một người nào đó thì còn có thể."

"Một người nào đó?" Tôi nhắc lại với vẻ hoài nghi.

"Đúng thế. Ví dụ như bố mẹ, một người bạn tri kỷ, hay một người yêu dấu mãi mãi không thể quên. Em luôn nghĩ rằng cuộc đời em sẽ không thể thoát khỏi một gã đạo diễn nào đó, người sẽ cho em tấm vé thông hành vào thế giới *showbiz*. Anh biết rồi đấy, thời buổi này tài năng đến mấy mà không có người chống lưng thì mãn kiếp vẫn chỉ đóng vai xác chết." San San phân tích, trên môi phì phèo điếu thuốc ra dáng một nữ minh tinh Hollywood.

Giống như hầu hết các cô gái theo đuổi nghệ thuật, San San có một chút bất cần đời kiểu trẻ con, nhưng lại giữ khư khư vài nguyên tắc rất kỳ cục như luôn cất một ít khăn giấy trong túi xách để lau miệng. Cô thà để nguyên cái miệng đầy dầu mỡ về nhà còn hơn dùng khăn giấy của hàng quán. "Chúng được làm từ nhựa trải đường đấy. Đồng bào của chúng ta sẵn sàng đầu độc chúng ta chỉ để tiết kiệm chút tiền mua khăn giấy xịn." Cô giải thích.

Cô còn một nguyên tắc khác, đó là không đóng vai gái điếm. Trong khi những người bạn học của cô chấp nhận ngủ với cả đạo diễn lẫn nhà sản xuất để được đóng những vai lăng xẹt nhất, thì nguyên tắc này vô tình khiến San San tự đẩy mình thụt lùi trên con đường sự nghiệp. Có lần cô rủ tôi đến phim trường, nơi gã anh họ của cô đang đạo diễn một bộ phim truyền hình, để xin một vai phụ.

"Hey ông anh, có vai nào ngon ngon cho em casting đi." Cô vỗ vai hắn.

"Còn vai một con phò cao cấp thôi, nhận không?" Gã anh họ cao lêu nghêu, gầy như xác ve khệnh khạng trả lời.

"Lần thứ ba tỷ sáu trăm triệu tôi nhắc lại cho anh nhớ là tôi không đóng vai gái bán hoa." Cô làm gắt lên, xong ngay lập tức hạ giọng năn nỉ. "Còn vai nào nữa không ông anh?"

"Còn vai người hầu của phò." Gã đạo diễn lật một lượt danh sách vai diễn rồi nói.

"Phò mà cũng có người hầu sao trời?" Cô gãi đầu thắc mắc.

"Chứ sao, phò cao cấp mà. Hay muốn 'quý phái' hơn thì có vai người hầu của phò mã, chồng công chúa Hạt Mít. Anh nể mày lắm mới cho đóng đấy, chứ bao nhiêu đứa đang đánh nhau vỡ đầu để được thử vai đó." Hắn phẩy tay.

"Thế vai phò mã có ai đóng chưa ạ?"

"Vai đó dành cho nam giới mà."

"Em hỏi cho bạn trai em cơ." San San gập tay lại, huých cùi chỏ về phía tôi, đang đứng cách họ vài mét.

Gã anh họ rướn cổ lên, săm soi tôi qua vai San San. Cái nhìn của hắn thô lỗ như đang lựa thịt lợn trên sạp hàng, làm tôi thấy khó chịu.

"Không hợp đâu." Hắn đáp gọn lỏn và quyết đoán. "Tướng tá thế kia chỉ đóng vai nhạc công thổi kèn saxophone thôi."

Đó không phải là một câu chế nhạo, rất nhiều người cũng từng nhận xét tương tự. Có lẽ San San nói đúng về chuyện gắn bó với một người nào đó. Dù cho ta có ở rất xa người đó, thì dấu hiệu của họ vẫn rõ nét trên cơ thể và hình thái của ta.

Bố tôi là một nhạc công thổi kèn saxophone chẳng mấy tiếng tăm. Suốt cuộc đời, ông chỉ biết đến hai việc: thổi kèn, và chửi rủa lũ thính giả thối tai không đánh giá đúng tài năng của mình. Khi tôi được sinh ra, ông đã rất kỳ vọng rằng thằng con trai duy nhất sẽ nối nghiệp cha. Nhưng rồi căn bệnh viêm xoang năm ba tuổi đã khiến tôi phải gắn chặt với những chiếc khăn giấy, thay vì tiếng kèn.

Chỉ những ai mắc bệnh viêm xoang mới biết thế nào là khốn khổ khốn nạn. Cái mũi của tôi luôn luôn chực chờ để tuôn ra đủ thứ mật xanh mật đỏ. Mùa hè còn đỡ. Những tháng mùa đông da khô cằn nứt nẻ mà bỗng dưng được "sưởi ấm" bằng dòng nham thạch xanh đỏ tuôn từ mũi xuống nhân trung, qua miệng rồi chảy xuống cằm, thì chẳng khác nào bức tường vôi đang bong tróc lại còn bị hắt acid vào.

Bởi thế trong cặp và túi áo đồng phục của tôi luôn có sự hiện diện của những chiếc khăn giấy. Tôi có thể quên sách vở, quên bữa ăn trưa hay thậm chí là kiến thức, nhưng không bao giờ được phép quên khăn giấy. Nguyên tắc này hoàn toàn không phải là lời nhắc nhở của mẹ tôi, mà tự tôi đã gò ép mình phải như thế. Ngay từ khi còn nhỏ, tôi đã ý thức được việc giữ gìn thể diện và hình ảnh của mình trong mắt công chúng (tức là bạn bè và thầy cô giáo). Lúc nào cũng dãi nhớt bẩn thỉu rõ ràng không phải là một cách hay để gây ấn tượng với người khác.

Tuy vậy, tôi vẫn gây ra sự bực mình cho một số người, cụ thể nhất là bố tôi. Căn bệnh viêm xoang của tôi chẳng những khiến ông sụp đổ tan tành bao nhiêu kỳ vọng, mà còn làm sự nghiệp của ông đi xuống, mặc dù nó chưa từng đi lên. "Ngay cả người nghệ sĩ tài năng như tao cũng không thể bói đâu ra cảm hứng nghệ thuật khi ngày ngày phải sống chung với một thằng ranh đi đến đâu là thải nước mũi như ốc sên đến đấy." Ông vẫn thường mắng chửi tôi như vậy. Thế rồi vào một ngày đẹp trời, ông bỏ nhà đi, chẳng mang theo gì ngoài vài bộ quần áo và chiếc kèn. Từ đó tôi không bao giờ gặp lại ông nữa.

Tôi cứ tiếp tục lớn lên với hai hàng nước mũi chảy lòng thòng và rất nhiều khăn giấy mang bên mình. Nhiều lúc rảnh rỗi, tôi còn tính xem đã có bao nhiêu cái cây bị đốn, bao nhiêu khí cacbonic được thải ra và bao nhiêu công nhân bị vắt kiệt sức lao động để tạo ra khăn giấy cho tôi dùng cả đời. Thế mà vào năm mười bốn tuổi, tôi bỗng dưng khỏi bệnh.

Nói ra thì thật xấu hổ, ngày tôi hết bệnh cũng chính là ngày tôi biết thủ dâm. Trước đó hai tuần, tôi trải qua cơn mộng tinh đầu tiên. Thủ dâm cũng giống như những con rùa rời khỏi trứng vậy. Rùa mẹ không ghé sát miệng vào quả trứng mà nói rằng "đến giờ rồi các con, phá vỏ ra đi". Chúng cứ thế mà chui ra thôi. Tương tự như vậy, đến đúng thời điểm là chúng ta tự biết cách thủ dâm, muốn phớt lờ cũng chẳng được.

Rốt cục thì tôi vẫn phải gắn với những chiếc khăn giấy, tuy không quá phụ thuộc như trước. Chẳng biết những người công nhân bị bóc lột và những cây cổ thụ nghìn năm tuổi bị đốn ở Amazon có giận không nếu biết tôi sử dụng khăn giấy vào việc này.

Nhưng một bước ngoặt năm mười bảy tuổi đã khiến tôi thay đổi hoàn toàn quan niệm về những chiếc khăn giấy.

Đó là một buổi chiều đầu thu xa lắc xa lơ của thời học trò đã lùi vào dĩ vãng, mặt trời đang cố xả nốt những tia nắng cuối cùng trước khi quẹt thẻ chấm công và đi về nhà, còn tôi đang lang thang trong sân trường sau giờ học để nghĩ cách thông báo về điểm số be bét cuối kỳ với mẹ tôi mà không bị ăn đòn. Trong hoàng hôn đỏ rực, nàng ngồi trên ghế đá, ôm mặt khóc nức nở. Tiếng khóc nhỏ như tiếng mèo con đòi sữa mẹ, thỉnh thoảng lại đứt quãng bởi cơn nấc cụt.

Tôi bối rối nhìn quanh, cả sân trường rộng thênh thang tuyệt không một bóng người, trừ hai chúng tôi. Ở dãy nhà phía bên kia có tiếng chổi quét lá xào xạc, tiếng cười đùa chí chóe của vài đứa học sinh, nhưng lại xa xôi như ở thế giới khác. Tôi không giỏi giao tiếp với người khác giới, thậm chí nếu không muốn nói là nhát gái. Nhưng dù sao tôi cũng đã đủ lớn để biết phải cư xử thế nào cho ra dáng một người đàn ông. Tôi tháo chiếc ba-lô của mình khỏi vai và tìm kiếm một thứ gì đó, để rồi thở phào nhẹ nhõm khi lôi ra một gói khăn giấy bỏ túi, vẫn chưa được bóc lớp nylon. Chiếc ba-lô này đã đi theo tôi từ năm mười ba tuổi, còn gói khăn giấy không bao giờ được dùng tới vì tôi đã khỏi bệnh đúng cái ngày mua nó. Gói khăn giấy hơi bị nhàu một chút, lại có mùi như cứt gián do nằm im một chỗ quá lâu. Thật may là khi tôi bóc lớp nylon ra thì hương thơm của nó vẫn còn. Có lẽ nàng đang phải đối mặt với những vấn đề to tát hơn nhiều chuyện khăn giấy cũ có mùi cứt gián, tôi tự trấn an mình.

Đến tận bây giờ tôi vẫn nhớ như in sự lúng túng đến thảm hại của mình khi nàng nhận lấy gói khăn giấy đó. Phải cố gắng lắm tôi mới không ba chân bốn cẳng mà chạy trốn vì xấu hổ. Đôi mắt của nàng long lanh như chứa cả một dải thiên hà trong đó. Tất cả các hành tinh đều trong suốt, tròn trịa và nối đuôi nhau trào ra khỏi quỹ đạo, tạo thành hai hàng nước mắt yếu ớt khiến cả thế gian phải xót xa. Khi đôi mắt đó nhìn thẳng vào mình, tôi có cảm giác mình đang trần truồng trước mặt nàng, thô kệch và xấu xí đến nỗi chính tôi cũng không thể chấp nhận được.

Nàng rút một chiếc, rồi hai chiếc, nhẹ nhàng quệt ngang những tiểu hành tinh nơi khóe mắt. Đến chiếc cuối cùng, không hề giữ kẽ, nàng ấn nó vào mũi và xì một tiếng thật mạnh. Khuôn mặt nàng giờ đã khá hơn rất nhiều, hai gò má ửng đỏ do ma sát với khăn giấy, còn đôi mắt âm ẩm như cửa kính vừa được lau.

"Cảm ơn." Nàng nở một nụ cười gượng, khịt khịt mũi để ngăn nước mũi không chảy ra nữa.

Đó là tất cả những gì nàng nói với tôi, bởi ngay sau đó tôi đã quay lưng và bước đi không ngoảnh lại. Tôi sợ rằng nếu không kịp chuồn nhanh cho khuất mắt, nàng sẽ nhìn thấy tim tôi bật tung lồng ngực mà nhảy ra với một cái lò xo xoắn đằng sau. Cũng bởi nhát gan nên tôi không dám bắt chuyện với nàng một lần nào nữa, dù chúng tôi chỉ học cách nhau có một tầng lầu. Thỉnh thoảng tôi lén nhìn trộm nàng giữa sân trường, trong hành lang hay trong tiết ngoại khóa đầu tuần. Nhưng nàng chẳng có vẻ gì là còn nhớ đến tôi. Nghe nói nàng học rất giỏi và nỗi buồn đến phát khóc hôm nọ chẳng qua chỉ vì một bài thi không được Mười điểm. Thế đấy, chẳng cần những chiếc khăn giấy có mùi cứt gián của tôi, nỗi buồn điểm số của nàng cũng tự nguôi ngoai.

Dù sao thì nhờ có nàng mà tôi đã biết thêm một công dụng khác rất cao cả và thiêng liêng của khăn giấy. Nhiều năm sau, khăn giấy gần như biến mất khỏi cuộc sống của tôi. Khi ta không còn nhu cầu với một điều gì đó thì chúng cứ tự động trở thành vô hình với ta, giống như mối quan hệ giữa người với người vậy.

□

Tôi gặp San San ở buổi tiệc giao lưu giữa sinh viên hai trường Điện ảnh và Âm nhạc. Khi đó cô đang học năm thứ ba, còn tôi năm cuối. Ngoài đam mê bất tận với phim ảnh, San San rất thích lê la quán xá. Cứ mỗi khi rảnh rỗi là chúng tôi lại chui vào một quán ăn vỉa hè và không bao giờ đứng dậy cho đến khi bị đuổi. San San không ham ăn lắm, chủ yếu là cô thích tận hưởng không khí bờ bụi. "Ngồi giữa đường phố thực hiện một trong tứ khoái, trước sự chứng kiến của hàng nghìn người qua lại, cảm giác như đang khỏa thân đi trong công viên vào mùa hè ấy. Thoải mái và điên cuồng lắm." San San giải thích.

Trong túi xách của cô luôn có một xấp khăn giấy Kleenex, chỉ phục vụ cho việc lau miệng. Có lần khăn giấy hết đột xuất, tôi đã phải chạy bộ ba dãy phố mới xin được vài chiếc khăn giấy "đúng tiêu chuẩn" của cô. Từ đó, mỗi lần đi ăn với San San là tôi lại thủ sẵn trong người một gói khăn giấy bỏ túi.

Những ngày cuối tuần luôn là thời điểm mà chúng tôi mong chờ nhất. Chúng tôi sẽ dính chặt lấy nhau trong căn phòng trọ tồi tàn dán đầy poster phim của San San, từ sáng sớm cho đến đêm khuya. Cô bắt tôi nằm yên trên chiếc giường nhỏ nhưng thơm nức của cô, không được cười cợt mà phải giả vờ nghiêm nghị như một ông đạo diễn khó tính đang casting. Trong cảnh tranh tối tranh sáng của căn phòng đóng kín, cô phơi bày toàn bộ cơ thể trước mặt tôi, sau đó diễn lại bất kỳ một vai diễn nào mà cô biết cho tôi xem.

"Nhập tâm vào nhân vật đã khó, với tình trạng không một mảnh vải che thân còn khó hơn nữa. Chỉ đến khi đã bỏ qua nỗi lo lắng dung tục tầm thường, em mới đạt đến sự chuyên nghiệp của diễn xuất." Cô giải thích.

San San từng cảnh báo sẽ có ngày cô bỏ rơi tôi để đi theo một gã đạo diễn hói đầu bụng bự nào đó, vậy nên khôn ngoan hơn cả là tôi đừng yêu cô một cách trọn vẹn. Cô chỉ muốn ngày nào còn bên nhau, chúng tôi sẽ thật vui vẻ và cùng làm tình mãnh liệt đến mức đau ê ẩm khắp mình mẩy thì thôi.

"Thế nào là không trọn vẹn?" Tôi hỏi cô, rất nghiêm túc.

Cô ngồi dậy, châm một điếu thuốc. Trừ khi cần đầu óc tỉnh táo, còn không hiếm khi tôi thấy San San hút thuốc.

"Tức là anh sẽ vẫn sống tốt sau khi bị em đá đít. Lãng quên em và đi tiếp con đường của anh, trở thành một nhà sản xuất âm nhạc cỡ bự như Timbaland, tiếp tục tin vào sự chung thủy của phụ nữ, có một gia đình hạnh phúc mãi mãi về sau." Cô phả từng làn khói qua đôi môi ẩm ướt.

"Thế nếu anh trở thành nhà sản xuất cỡ bự trước đó thì sao?" Tôi giật điếu thuốc khỏi tay cô và dụi vào gạt tàn. Khói thuốc mịt mù trong căn phòng kín khiến tôi thấy khó chịu.

"Có khác gì nhau? Đằng nào em cũng đã ngủ với anh rồi." Cô nhìn vào khoảng không rồi trả lời bâng quơ.

Một hôm San San hỏi tôi có thể chơi đàn cho cô nghe được không. Không phải trên chiếc đàn piano bé tí ở quán café chúng tôi hay đến, mà là chiếc to đùng trị giá một tỷ đồng trong khán phòng của trường Nhạc. Chỉ có giáo viên và các sinh viên xuất sắc của khoa Piano mới được đụng tới chiếc đàn đó, thế nhưng tôi vẫn vận động được các mối quan hệ để hoàn thành mong muốn của San San, tuy có hơi rắc rối và tốn không ít công sức.

Tối hôm đó, cô mặc một chiếc váy màu trắng đính hạt cườm lộng lẫy, làm tóc cầu kỳ như đi dự một buổi hòa nhạc sang trọng. Mặc dù buổi biểu diễn sẽ chỉ diễn ra trong năm phút và cô là khán giả duy nhất trong khán phòng. Tôi mặc bộ đồ lịch sự nhất mà mình có, bước ra từ sau cánh gà và cúi chào cô, lúc này đang yên vị ở hàng ghế đầu tiên, nhìn thẳng lên sân khấu. Sau đó tôi chậm rãi ngồi xuống và chơi bản *River flows in you*, bản nhạc mà San San thích nhất. Do chưa quen với chiếc đàn, cộng thêm không khí trang nghiêm nơi khán phòng làm tôi bị căng thẳng, thỉnh thoảng đánh lệch vài nốt. San San ngồi phía dưới chăm chú quan sát các ngón tay của tôi.

Bản nhạc vừa dứt, cô đứng dậy vỗ tay rất nhiệt thành, kèm theo nụ cười rộng đến mang tai. Sau đó cô chạy lên sân khấu, tiếng giày cao gót gõ xuống sàn gỗ vang vọng lên tận trần nhà.

"Xin chúc mừng, anh chơi còn dở hơn cả một đứa con nít nghịch đàn organ đồ chơi." San San thành thật nhận xét. Tôi tán thành với ý kiến của cô bằng một cái nhún vai.

"Anh biết em thích làm gì bây giờ không?" Cô hỏi.

"Em muốn đi ăn trứng cút lộn, nem rán, ốc luộc?" Tôi đọc vị suy nghĩ trong đầu cô. "Thế em có biết anh thích gì bây giờ không?"

"Anh thích ngắm poster Johnny Depp treo trên đầu giường của em phải không? Đồ biến thái!" Cô ấn ngón tay được đánh móng đỏ lên trán tôi.

"Ăn trước, ngắm Johnny Depp sau." Cô đề nghị.

Đến nửa đêm, tôi bị đánh thức bởi tiếng khóc của San San, dù cô đã cố hãm thanh bằng cách úp mặt vào gối. Tôi rời khỏi giường, lấy vài chiếc khăn giấy cho cô lau nước mắt.

"Anh sẽ không bao giờ quên em chứ?" Cô hỏi khi đang nằm trong vòng tay của tôi.

"Không bao giờ." Tôi trả lời, mắt nhìn lên trần nhà.

Chia tay San San được một thời gian thì tôi nghe tin bố tôi mất.

◻

Hồi còn độc thân, mẹ tôi có học đàn piano. Nhưng sau khi sinh tôi ra, thay vì giữ những ngón tay mềm mại để đánh đàn, thêu thùa và lướt Facebook thì mẹ phải giặt tã, quấy bột, nấu bữa sáng cho tôi kịp giờ đi học và vung roi đánh vào mông tôi sau mỗi buổi họp phụ huynh. Khi tôi khỏi bệnh viêm xoang một cách thần kỳ, mẹ quyết định chở chiếc đàn đã cũ rích từ nhà ông ngoại về cho tôi học. Mẹ nói rằng gì thì gì, dòng họ mình cũng có truyền thống âm nhạc, hơn nữa nhà chỉ có hai mẹ con nên tiếng đàn sẽ giúp không khí bớt buồn tẻ. Thế là tôi học đàn piano với sự hào hứng không cao hơn học môn toán là bao.

Tốt nghiệp trung học phổ thông, tôi không có định hướng rõ ràng cho tương lai, đành thi đại vào khoa Piano của trường Nhạc viện. Năm đó tôi đỗ vớt, sau khi đứa đứng trên tôi bị sốc ke chết do ăn mừng đỗ đại học quá đà. Tôi chơi nhạc chỉ ở mức độ trung bình nên chẳng bao giờ mơ ước viển vông sẽ trở thành nhạc công. Bù lại, tôi đã sáng tác một vài bài hát được yêu thích trên mạng internet, nên cũng có chút máu mặt trong phòng thu âm của trường.

Bố tôi viết di chúc để lại cho tôi chiếc kèn saxophone đã đi cùng ông nửa đời người, chính là chiếc mà ông mang theo khi bỏ nhà đi. Tôi lấy khăn giấy lau nước mắt cho mẹ, vứt chiếc kèn vào thùng rác và rủ vài thằng bạn thân đi uống rượu cả đêm.

Vào giây phút bị đè bẹp dúm bởi cả bao tải cảm xúc lộn xộn như lúc này, tôi chợt nhớ đến cô bạn học với đôi mắt ẩm ướt sau khi được lau bằng khăn giấy có mùi cứt gián, người đã vô tình mang tới những cảm xúc trai gái đầu đời cho tôi. Rồi tôi nhớ San San, nỗi nhớ cồn cào của một kẻ đã mãi mãi đánh mất những điều quý giá. Tôi nhớ cái cách cô xỉa những con ốc luộc ra khỏi vỏ, nhớ những vai diễn mà cô từng diễn cho tôi xem, nhớ cơ thể cô khi trần truồng, nhớ cảm giác ấm áp khi tôi vào trong cô, nhớ những lời thì thầm ngọt ngào mà chắc chắn cô sẽ không bao giờ dành cho ai khác như đã dành cho tôi. Đến tận bây giờ tôi vẫn chưa thể xác định được ai là mối tình đầu của mình. Một người chỉ sượt nhẹ qua đời tôi liệu có thiếu? Và một người ở bên tôi suốt hai năm trời nhưng chưa bao giờ trao trọn cảm xúc cho nhau liệu có thừa?

Rồi tôi lại nghĩ đến bố tôi, người chưa từng thể hiện tình yêu với tôi dù chỉ một ngày. Ông chẳng bao giờ hỏi han việc học tập của tôi, chẳng bao giờ mua quà hay đi họp phụ huynh cho tôi. Ông chỉ chăm chú tập kèn từ sáng đến tối, đến mức mà sau này mỗi khi phải chơi nhạc với bọn khoa Kèn là tôi lại nổi da gà.

Thậm chí những chiếc khăn giấy còn làm được nhiều việc hơn ông. Chúng chẳng bao giờ than phiền hay đánh đòn tôi. Chúng cần mẫn lau dọn tất cả những thứ chất lỏng xung quanh tôi: Nước mũi, tinh trùng, mỡ bánh rán... Chúng còn giúp tôi tiếp cận với một người phụ nữ và xoa dịu nỗi buồn cho ba người phụ nữ. Tôi chẳng thể mong chờ những phụ tá tốt hơn nữa.

Đôi lúc tôi tưởng tượng nếu mình chỉ là một chiếc khăn giấy, chắc cuộc đời tôi sẽ không phức tạp đến thế. Tôi sẽ có hàng trăm, thậm chí hàng nghìn anh chị em giống hệt mình. Chúng tôi sẽ được ở bên nhau trong giấy nylon, chờ đến khi có ai đó bôi lên mình những chất lỏng bẩn thỉu hoặc nước mắt, rồi bị vo viên, bị ném vào thùng rác. Cũng đâu đến mức tệ lắm đâu, ít nhất thì tôi cũng sẽ biết mục đích tồn tại của mình là gì.

Dù sao thì những năm tiếp theo của cuộc đời tôi cũng khá dễ chịu. Tôi đã được người ta gọi là nhạc sĩ mà không cảm thấy nhột sau gáy. Thu nhập hàng tháng đủ cho mẹ và tôi sống thoải mái. Nhưng cũng giống như nhiều đồng nghiệp khác, tôi luôn trăn trở về tác phẩm để đời chưa biết bao giờ mới xuất hiện của mình.

Một buổi sáng mùa hè năm hai mươi sáu tuổi, khi tôi đang chạy bộ trên phố thì nó đến. Cả giai điệu lẫn *lyric*, chúng phát ra từ trong đầu tôi, cứ như thể mở tủ lạnh ra là có sẵn đồ ăn bên trong vậy. Tôi bối rối vì lúc đó không mang theo giấy bút, mà những giai điệu bất chợt đến thì cũng bất chợt đi rất nhanh. Lúc này đã là tám giờ sáng, nhưng quanh khu này chỉ toàn các quán café và tòa nhà văn phòng chứ không có cửa hàng văn phòng phẩm, trong khi để chạy về nhà cần mười lăm phút là ít. Vậy là tôi vừa chạy quanh khu phố, vừa đảo mắt tìm kiếm một ai đó hoặc một nơi nào đó có thể mượn được giấy bút, miệng lẩm nhẩm bài hát để đời của mình.

Cuối cùng tôi thấy một quán café đã sáng đèn, dù chưa mở cửa. Có lẽ các nhân viên đang ở đằng sau nhà nên quán vắng tanh. Tôi tự tiện lấy một mảnh khăn giấy trong giỏ và vơ chiếc bút trên quầy thu ngân rồi cặm cụi kẻ các dòng ngang. Sau khoảng ba phút thì tôi đã phủ kín tờ giấy với đầy đủ các nốt nhạc và lời bài hát. Tôi sung sướng đến mức cứ ngồi thừ ra, chẳng đủ sức tập trung vào bài hát hay cảnh vật xung quanh nữa.

Mãi đến chín giờ sáng tôi mới chịu biến khỏi đó, sau khi bị đuổi. Tôi cất chiếc khăn giấy cẩn thận trong túi quần, rồi phấn khởi chạy về nhà, không thể đợi đến lúc chơi thử giai điệu mới trên chiếc đàn piano cũ rích của tôi.

Đoán thử xem tôi gặp ai trên đường về nhà. Chính là cô gái học cùng trường cấp Ba với đôi mắt chứa cả dải thiên hà. Giờ đây nàng đã trưởng thành, mặc chiếc váy công sở màu đen trang nhã, cặp chân dài đến nỗi phải duỗi sang một bên mới ngồi được. Nàng đang ngồi bệt trên bậc cầu thang của một tòa nhà văn phòng chọc trời, khuỷu tay chống dưới đầu gối, áp mặt vào lòng bàn tay khóc nức nở. Vẫn là tiếng khóc như mèo con đòi sữa mẹ, thi thoảng hai bờ vai giật lên như để tô điểm cho thảm cảnh của nàng. Bên cạnh nàng là một thùng các-tông chứa khung ảnh, chậu xương rồng và một chồng sổ sách. Thời buổi kinh tế khó khăn, ngày nào tôi cũng bắt gặp hình ảnh những người trẻ tuổi ăn mặc lịch sự bị doanh nghiệp sa thải, ôm một thùng các-tông giống như thế bước ra từ các tòa nhà văn phòng. Người như vừa đi đám ma về, người đứng chửi đổng, cũng có người vui mừng ra mặt.

Tôi rút chiếc khăn giấy duy nhất trong túi quần ra, đắn đo giữa việc trở thành một nghệ sĩ lớn hay một người đàn ông cao cả biết hy sinh vì nhân loại.

Hóa ra cuộc đời của một chiếc khăn giấy không phải lúc nào cũng đơn giản.

Nước mắt của nàng, cơn mưa cho tôi

Tôi thấy mình đang trôi trên một biển nước, cơ thể trần truồng, chân tay thả lỏng, mặt hướng thẳng lên bầu trời cao chót vót, nơi mặt trăng và các vì tinh tú khác đều to gấp mười lần bình thường. Tôi nhỏm dậy để xem mình có ở gần đất liền không, nhưng bốn phía đều là nước.

CÔ BẠN GÁI DỄ THƯƠNG CỦA TÔI hâm mộ cuồng nhiệt Britney Spears và thích ở trong bếp hơn đi shopping. Nàng từng xuất hiện trên chương trình *Vào bếp cùng bạn* và làm cộng tác viên cho một tờ báo ẩm thực. Ngoài ra, nàng còn sở hữu một blog khá nổi tiếng về nấu nướng, dù rằng người ta vào đó để ngắm ảnh nàng nhiều hơn là nghiên cứu các món ăn.

"Em rất ghét những quảng cáo gia vị trên TV. Tất cả đều là lừa đảo, làm mất đi những giá trị đích thực của nghệ thuật nấu ăn." Nàng phàn nàn với tôi.

"Vậy hả?" Tôi cố tỏ vẻ quan tâm, kỳ thực chỉ một lòng hướng đến đĩa cơm rang thập cẩm nóng hổi hổi sắp được bày ra bàn.

"Hầu hết chúng đều khẳng định rằng sẽ làm món ăn ngon hơn. Thật ra điều quan trọng nhất là kinh nghiệm của đầu bếp." Nàng vừa nói vừa thoăn thoắt đảo cơm rang trong chiếc chảo, ngón tay uyển chuyển như đang múa.

"Nghe có vẻ cao siêu quá." Tôi gõ đũa muỗng vào bát kêu leng keng nghe thật vui tai.

"Chẳng cao siêu chút nào. Có những điều tưởng rất phức tạp mà hóa ra cực đơn giản, cái chính là anh có chịu để ý không. Rất nhiều người luộc rau muống xanh lè xanh lét, thực ra là do nước còn chưa sôi sùng sục họ đã cho rau vào rồi. Hay như món cá rán, không phải ai cũng có thể làm cho cá không dính chảo, bí quyết ở đây là trước khi lật mặt, hãy bật lửa to hết cỡ và lớp da phía dưới sẽ khô mỡ, đảm bảo không dính chút nào luôn. Những điều đó hoàn toàn là kinh nghiệm cá nhân." Nàng nói rất tự hào như đang truyền đạo cho tín đồ "Ẩm thực giáo". Lúc này đĩa cơm rang thập cẩm với lạp xưởng, chả cốm và trứng thơm nức đã yên vị trước mặt tôi.

Tôi hoàn toàn đồng ý với quan điểm của nàng, chỉ thắc mắc giữa nấu ăn và Britney Spears có liên quan gì đến nhau? Nhưng tôi quyết định không hỏi vì bụng đang sôi ầm ầm lên rồi.

□

Ngoài việc nấu nướng, ăn và rửa bát, chúng tôi còn làm tình với nhau, khi thì ở nhà nàng, khi thì ở nhà tôi, những lúc "mẹ đi vắng, bố theo mẹ đi chơi".

Cảm giác giật mình thon thót mỗi khi nghe tiếng cạch cửa từ lâu đã trở thành một phản xạ tự nhiên của chúng tôi.

Tuy nhiên, lúc nào cũng trong tình trạng phải cảnh giác khiến tôi không thoải mái. Nhưng tôi không bao giờ đề cập đến nhà nghỉ, chắc chắn nàng sẽ cho tôi một cái tát đau điếng, vì ở đó... không có bếp mà.

Thế rồi một ngày đẹp trời cuối tháng mưa ngâu, vấn đề khó nói của tôi bỗng dưng được giải tỏa. Trong một ngày đó, số phận đã sắp đặt để cả bố mẹ tôi lẫn bố mẹ nàng cùng đi xa nhà. Chị gái tôi đã đi lấy chồng từ lâu trong khi nàng là con một. Cuối cùng chẳng còn gì có thể ngăn cản chúng tôi có một ngày trọn vẹn bên nhau mà không phải lo bị phá đám giữa chừng.

Nàng đến nhà tôi lúc sáu giờ tối với một đống đồ ăn mua từ siêu thị. Chúng tôi cùng nhau nấu nướng, cùng thưởng thức món thịt bò xào súp lơ xanh như tảo biển, cùng húp ngon lành những bát canh khoai sọ rau muống chua chua ngọt ngọt và gắp cho nhau những miếng thịt ba chỉ rán cháy cạnh vàng ươm. Sau đó, chúng tôi xem phim của Châu Tinh Trì cả buổi tối.

Đến khi đồng hồ điểm đúng mười một giờ đêm, tôi tắt hết ánh sáng, chỉ để lại chiếc đèn ngủ màu xanh lá cây mờ ảo lung linh như con đom đóm giữa bầu trời. Tôi kéo nàng nằm xuống đệm. Chúng tôi cởi quần áo cho nhau thật chậm rãi, khám phá cơ thể của nhau bằng tất cả các giác quan có thể cảm nhận được, rồi cùng vào bên trong của nhau, thật sâu, thật mãnh liệt, đến mức chẳng còn giữ lại bất cứ điều gì cho bản thân mình nữa.

Tôi thấy mình đang trôi trên một biển nước, cơ thể trần truồng, chân tay thả lỏng, mặt hướng thẳng lên bầu trời cao chót vót, nơi mặt trăng và các vì tinh tú khác đều to gấp mười lần bình thường. Tôi nhổm dậy để xem mình có ở gần đất liền không, nhưng bốn phía đều là nước. Một nửa cơ thể tôi chìm dưới nước theo phương cắt ngang, nước mát lạnh, không một gợn sóng, chỉ có các loại cây nhỏ và rong biển thi thoảng chạm vào người tôi.

Tôi không nhớ vì sao mình lại ở đây. Tôi đang cùng với bạn gái trong căn phòng chưa đến mười mét vuông. Hàng xóm xung quanh đã tắt đèn đi ngủ từ lâu, bầu trời không một vì sao, không gian yên tĩnh tuyệt đối, chỉ nghe thấy tiếng chiếc quạt treo tường kêu cọt kẹt mỗi khi quay tuốc-năng, tiếng thở hổn hển của tôi, tiếng rên khe khẽ của nàng và tiếng da thịt cọ vào nhau. Tôi nhớ là mình chưa từng trải qua cảm giác thỏa mãn đến thế. Chúng tôi cứ cuốn lấy nhau, hết lần này đến lần khác, gần như đã nhập làm một. Không. Nói chính xác là chúng tôi đã tan vào nhau, như hai luồng nước cùng chảy vào một biển, va vào nhau, vỡ tan thành từng nghìn mảnh bọt, rồi hòa làm một.

Thế rồi trong chớp mắt, tôi bập bênh trên mặt nước như một khúc gỗ, phần còn sót lại của con tàu đắm. Cảm giác trống rỗng trào dâng trong dạ dày làm tôi thấy oải. Mực nước dâng lên, hoặc là tôi đang chìm xuống. Nước chui vào tai tôi, sau đó bầu trời trước mắt tôi bỗng nhòa đi và biến dạng, cuối cùng tôi không thở được nữa, những quả bong bóng nhỏ thoát ra từ mũi khiến tôi phát hoảng.

Tôi bừng tỉnh khỏi giấc mơ đó và nhận ra chúng tôi đang thực sự nằm giữa biển nước. Nước bắt đầu lấn sâu vào phía trong tấm đệm, ướt sũng một phần vai tôi, dìm một phần lưng của nàng và đang mon men đến hai đôi chân. Xung quanh tấm đệm, sách vở, giấy tờ, quần áo, bao cao su nổi lềnh bềnh. Cửa sổ đã đóng chặt nhưng tôi vẫn nghe rõ mồn một tiếng nước mưa đập xối xả vào tường và tiếng sấm chớp giật đùng đùng.

"Nước... nước ở đâu ra thế này?" Bạn gái tôi hốt hoảng chưa hiểu chuyện gì đang xảy ra.

Không có thời gian để giải thích, tôi nhanh tay quấn chiếc chăn mỏng lên người nàng rồi để nghị nàng qua phòng chị tôi trú tạm trong lúc tôi tìm cách giải quyết trận lụt tai quái này.

Hành lang khô cong, chỉ có căn phòng của tôi là nước ngập đến mắt cá chân. Tôi hiểu ngay nước tràn vào từ đâu. Tôi mở cửa ban công, căng chiếc ô lên và bước ra ngoài. Cơn mưa vẫn xối xả từ bầu trời trắng xóa, thỉnh thoảng một tiếng sấm nổ vang khiến tôi có cảm giác trời sắp sập hoặc một tia sét với đường nứt toác dài hàng cây số sẽ đánh trúng vào tôi. Mưa làm cho cảnh vật mờ đi, biến các ngôi nhà xung quanh thành những hình khối đẫm nước, ít ra thì sẽ chẳng ai nhìn thấy tôi đang khỏa thân một trăm phần trăm với chiếc ô xiêu vẹo vì gió bão.

Tôi thò tay không cầm ô vào cái lỗ thoát nước mà moi lên cơ man là lá cây, rác rưởi. Dù đã che ô nhưng mưa quá to vẫn làm tôi ướt nhẹp từ đầu đến chân, nước hắt vào lưng và mông tôi như những viên sỏi được ném sang từ một thế giới khác. Toàn thân tôi lạnh buốt, mắt mũi tối tăm và đầu óc hoảng loạn.

Phải mất gần năm phút tôi mới khơi thông được lỗ thoát nước. Gập chiếc ô lại và đóng cửa ban công, chẳng kịp mặc quần áo, tôi ôm tất cả chăn, gối, đệm lên tầng thượng phơi, cho quần áo vào máy giặt, vứt hết sách vở ra cầu thang, ném những chiếc bao cao su vào bồn cầu rồi giật nước.

Nước đã rút gần hết, tôi ngồi phịch xuống sàn nhà ướt nhẹp mà hít lấy hít để không khí vào lồng ngực. Đến lúc này tôi mới nhận ra mình đã kiệt sức đến thế nào. Nước mưa lạnh buốt và sự hoảng loạn quả đã hủy diệt hết sức lực của tôi. Tôi mở tủ, lấy một bộ quần áo sạch rồi bước vào phòng tắm. Nước nóng từ vòi hoa sen xối thẳng vào người khiến tôi thấy dễ chịu hơn, hơi nước tràn ngập căn phòng xua tan hết sự lạnh lẽo trong không khí.

Nàng mặc chiếc áo thi đấu của đội bóng Liverpool mà tôi hâm mộ, ngồi trên bàn làm việc của tôi, sấy tóc và dùng những ngón chân trần gạt nước còn đọng lại trên sàn nhà. Đôi chân dài tuyệt đẹp của nàng phô bày hoàn toàn dưới chiếc áo hững hờ chỉ trùm hết nửa đùi. Tôi tự hỏi không biết bằng cách nào mà mình được tạo hóa ban cho một trong những tác phẩm hoàn hảo nhất của người.

"Bánh quy hay bánh gạo?" Tôi kính cẩn nâng chiếc đĩa trước mặt nàng như bồi bàn bưng thức ăn cho khách.

"Cả hai đều quá khô khốc trong một buổi sáng ướt nhẹp." Nàng thẳng thừng chê bai. Tuy vậy, nàng vẫn tự phục vụ bằng một cái bánh quy.

"Em có lạnh không?"

"Lúc nãy thì có, nhưng em vừa tắm xong. Hy vọng chị anh sẽ không tức giận vì em đã trưng dụng phòng tắm của chị ý mà không xin phép."

"Chị anh thường nửa tháng mới về nhà một lần, bà ấy sẽ không phát hiện ra đâu." Tôi trấn an nàng.

Tôi ngồi lên mặt bàn, bế nàng vào lòng mình rồi ôm nàng thật chặt từ phía sau. Nàng vẫn ăn bánh quy trong lúc tôi hít hà mái tóc và mát xa cặp đùi của nàng bằng đôi tay đã nhăn nhúm vì tiếp xúc với nước quá lâu.

"Vậy là một ngày bên nhau của chúng ta đã không được trọn vẹn rồi nhỉ." Tôi nói một câu chẳng xác định được là đang hỏi nàng hay đang nói với chính mình.

"Ai bảo anh là không trọn vẹn? Anh còn muốn thế nào nữa?" Nàng phản đối.

"Nhưng lẽ ra theo kế hoạch thì bọn mình sẽ có một buổi sáng lãng mạn, giờ thì phòng anh ướt sũng còn em chẳng còn quần áo mà mặc."

"Em chẳng thấy phiền vì điều đó. Anh thử nghĩ mà xem, thức dậy cùng người mình yêu giữa một biển nước, đâu phải ai cũng có cơ hội trải nghiệm điều này trong đời." Nàng vẫn luôn đánh giá mọi thứ bằng cái nhìn tích cực như vậy.

Vậy là tôi yên tâm rằng nàng không chê trách điều gì.

◻

Tiếng mở khóa cửa vang vọng từ nơi sâu thẳm kéo tôi ra khỏi giấc ngủ. Hình như chúng tôi đã thiếp đi khá lâu vì sàn nhà đã khô cong từ lúc nào.

"Dậy đi em. Có người về nhà!"

Tôi lay nàng dậy, cố giữ để nàng không giật mình mà ngã nhào từ trên bàn xuống. Ngó ra ngoài cửa sổ khép hờ, tôi thấy chị gái và cháu trai của tôi đang mặc áo mưa đứng trước cổng.

"Chết rồi. Làm sao bây giờ?" Nàng hoảng hốt thực sự, nhưng tôi cũng đang bối rối không kém.

Tại sao tôi lại không ngờ đến tình huống này chứ. Tôi đã quên mất bà chị gái thích săm soi và đứa cháu hiếu động của mình, những người cũng có chìa khóa và có thể đến bất cứ lúc nào, chỉ có điều là tại sao lại vào một ngày mưa gió, trong lúc bạn gái tôi thì đang ở đây.

Căn nhà này tuy nhiều tầng nhưng diện tích nhỏ, cầu thang thì hẹp, để đưa được nàng về bắt buộc phải đi qua phòng chị tôi, phòng bố mẹ và tầng một, nơi chứa cả phòng khách lẫn bếp và để xe. Cách duy nhất là phải chờ đến khi tất cả mọi người đều ngủ trưa.

"Đừng bắt em trốn vào tủ quần áo của anh đấy." Nàng vội vã mặc đồ, vẫn còn rất ẩm nhưng không còn cách nào khác.

Tiếng cửa sắt được kéo sang hai bên, tiếng xe máy phóng vào nhà, tiếng người nói vọng lên từ tầng một như những tiếng sấm trong đầu tôi.

□

"Chị về đấy à? Lại còn có cả bé Bi đến chơi với cậu nữa, sao không đợi hết mưa hẵng về? Khổ thân thằng bé." Tôi cố gắng tỏ ra tự nhiên, lén gạt đôi giày cao gót của nàng vào gầm cầu thang.

"Chị vừa đi đón thằng Bi ở trường, nhưng thấy mưa to quá nên về nhà trú tạm." Chị tôi trả lời. Tôi thầm nguyền rủa cái trường mẫu giáo nào cho học sinh học có nửa ngày.

Thằng cháu tôi mới có bốn tuổi nhưng đã rất hiểu biết, việc đầu tiên nó làm là chạy ngay lên phòng tôi để đòi chơi game trên máy vi tính, ít nhất thì nó cũng sẽ không để ý đến tủ quần áo của tôi.

"Sao mày dám dùng nhà vệ sinh của chị hả?" Đột nhiên chị tôi xuất hiện trước cửa phòng, mang đến một bầu không khí xúi quẩy.

"À... thì... rằng mà là... phòng tắm của em nước hơi yếu, nên em tắm nhờ phòng chị."

"Thật hả? Chú học được cái tính dọn nhà vệ sinh sau khi tắm từ lúc nào vậy? Chị cũng ngạc nhiên đấy. Có tiến bộ, hê hê." Chị không nghi ngờ gì cả, nhưng tôi còn chưa kịp thở phào thì đã chết điếng với câu hỏi tiếp theo của chị.

"Thế đã biết sắp xếp quần áo cho ngăn nắp chưa? Để tôi kiểm tra tủ quần áo của chú nào."

"Không được. Chị không có quyền!!!" Tôi gào lên, đứng chặn giữa chị và chiếc tủ, đến cả thằng Bi đang say mê chơi game cũng phải giật mình.

"Hôm nay chú làm sao thế?" Chị tôi chau mày ngạc nhiên. "Hồi xưa chị vẫn giúp chú gấp quần áo cơ mà?" Rồi chị thì thầm vào tai tôi để thằng Bi không nghe thấy. "Hay chú lại tàng trữ văn hóa phẩm đồi trụy ở trong tủ đấy?"

"Không có đâu mà. Chị đừng có nghĩ linh tinh." Tôi cố biện minh một cách tuyệt vọng.

Nhưng muộn rồi, vốn là dân học võ nên chị chẳng khó khăn quật ngã tôi xuống đất trước sự cổ vũ khoái trá của thằng Bi. Khi tôi còn đang tối tăm mặt mũi thì cả hai cánh cửa tủ đã được mở toang.

Tôi thầm nghĩ thế là hết.

Nhưng chẳng có cô gái với thân mình ướt sũng nào ở trong đó cả, chỉ có mấy bộ quần áo treo trên giá và một đống bầy nhầy vứt tứ tung bên dưới. Chị tôi xem xét cho đến khi không còn gì khả nghi nữa mới chịu đóng cửa tủ.

"Lần sau mà còn lừa tôi thì đừng có trách." Chị giơ nắm đấm đe dọa tôi, rồi kéo thằng Bi xuống nhà ăn trưa, mặc cho nó gào thét đòi chơi game chứ không chịu ăn.

Nàng đang trốn ở đâu? Tôi tự hỏi. Nàng không thể trốn trong phòng bố mẹ hay phòng chị tôi được, tầng thượng thì chẳng có đồ đạc gì hết, theo logic nàng chỉ có một nơi duy nhất là trong tủ quần áo của tôi. Nhưng nàng đã không ở đó. Còn nơi nào trong nhà này mà nàng có thể giấu mình được?

❒

Tôi đợi đến khi chị và cháu đã ngủ trưa rồi mới lặng lẽ đưa nàng về nhà. Trời vẫn không có vẻ gì là muốn ngớt mưa, nhiều đoạn đường nước đã ngập quá ống xả khiến việc đi lại vô cùng khó khăn. Nàng giấu mình trong chiếc áo mưa, dựa đầu vào vai tôi và ôm tôi thật chặt. Người nàng bắt đầu nóng hầm hập và bị hắt hơi liên tục. Nàng đã phải đứng dầm mưa ngoài ban công gần mười phút, và nếu lúc đó tôi không nhanh chóng nhận ra thì chắc nàng đã phải chịu khổ lâu hơn nữa. Chỉ nghĩ đến điều đó thôi cũng đủ khiến tôi đau đớn như bị hàng nghìn cục mưa đá rơi vào người.

"Em nghĩ bọn mình nên tạm xa nhau một thời gian." Bạn gái tôi đề nghị, tay nàng vẫn đang áp chặt vào cốc trà nóng.

"Em đang nói gì vậy?" Tôi hốt hoảng. "Nghe này, anh xin lỗi vì đã làm em phải chịu khổ, nhưng đó là trường hợp bất khả kháng, không ai trong chúng ta muốn thế cả."

"Em không nói đến chuyện đó. Ý em là mối quan hệ của chúng ta đã vươn đến giới hạn rồi. Lúc nãy, khi đứng ngoài ban công phòng anh, em đã suy nghĩ nghiêm túc về tương lai của chúng mình, và nhận ra nhiều điều còn cần được cân nhắc."

"Điều gì em cần cân nhắc?" Tôi hỏi.

"Nhiều thứ, về hiện tại và tương lai. Còn tận hai năm nữa chúng ta mới ra trường, rồi chúng ta sẽ đi làm, nỗi lo cơm áo gạo tiền sẽ làm anh và em không còn có thể quan tâm đến nhau nhiều như bây giờ nữa. Rồi thì ai dám chắc chúng mình có lấy nhau hay không."

"Em có thể tiếp tục ngủ với anh trong lén lút, nhưng bố mẹ em không sinh em ra và nuôi dưỡng em nên người để mà suốt đời trốn ngoài ban công phòng bạn trai. Đây là lỗi của em, không phải của anh." Nàng bắt đầu khóc, rõ là nàng đã rất ấm ức.

"Anh sẽ sớm đưa em về ra mắt gia đình ngay khi thích hợp, anh hứa đấy."

"Em không phải đang gây sức ép cho anh đâu. Em chỉ muốn suy nghĩ cho kỹ hơn thôi. Em từng nói với anh rằng nấu ăn ngon hay không là nhờ kinh nghiệm, em biết để ý những điều mà người khác không nhận ra. Hiện giờ em chưa nhận ra được những giá trị cốt lõi trong mối quan hệ của chúng mình, em cần nghiên cứu thêm. Vậy thôi."

"Nhưng mà..." Tôi bối rối không biết nên nói gì với nàng nữa.

"Anh về đi, em sẽ gọi cho anh."

Khi tôi rời khỏi nhà nàng, mưa đã bắt đầu ngớt, chỉ còn vài hạt nhỏ li ti rơi lách tách trên tán lá của cây bàng trước bậc thêm, nhưng trận lụt ngập phố phường kia thì chẳng biết bao giờ mới rút hết.

Trên đường về, lòng tôi cứ dâng lên một cảm giác thật khó hiểu, cứ như là tôi đang trôi bồng bềnh giữa biển nước. Tôi nghĩ tới giấc mơ đêm qua, nghĩ tới cuộc sống tương lai của tôi, của chúng tôi. Chuyện gì sẽ xảy ra, tôi nên làm gì bây giờ? Tôi những muốn ngoi lên để biết, nhưng bốn bề là biển nước vô tận.

Truyện tình cảm sướt mướt cho đàn ông

Trong một khoảnh khắc, chúng tôi trở lại cái ngày đó.
Chúng tôi lại khoác lên mình bộ quần áo đồng phục
trắng sạch sẽ. Bụng của tôi vẫn chưa chảy xệ còn cô
thậm chí chưa quen với cảm giác mặc áo lót độn ngực.
Mọi người đi qua chúng tôi và bàn tán: "Loại học sinh
gì mà lại rúc vào nhau trên ghế đá công viên khi đang
giờ học thế này?"

ĐỪNG HỎI TÔI BẤT CỨ ĐIỀU GÌ VỀ CÔ GÁI ĐÓ. Tên cô là gì, cô bao nhiêu tuổi, nhà cô ở đâu, dịu dàng truyền thống hay cá tính hiện đại. Tôi chẳng biết gì về cô ta hết. Cô ả chỉ đơn giản là một người xa lạ, thỉnh thoảng lại xuất hiện để tựa đầu vào vai tôi, đúng năm phút không hơn không kém, rồi biến mất cũng nhanh như lúc đến.

Chúng tôi gặp nhau lần đầu tiên vào tháng Tư năm 2006. Thời điểm đó, tôi đang vất vả với hai kỳ thi tốt nghiệp trung học phổ thông và đại học. Hầu như ngày nào tôi cũng học ba ca, từ sáng sớm cho đến tối muộn. Những chồng sách vở dày cộm, những lớp học sáng đèn, những cái ngáp dài vô tận, những chuyến xe buýt vắng tanh cuối ngày là cuộc sống của tôi. Tôi không hiểu sao mình lại phải học nhiều như thế, bố mẹ tôi muốn tôi học, nhà trường bắt tôi học, bạn bè tôi học nên tôi cũng học, ngoài những điều đó, tôi chẳng tìm ra lý do nào hợp lý hơn.

Lúc đó đâu khoảng bảy rưỡi, tám giờ tối. Bến chờ xe buýt vắng hoe, chỉ có mỗi mình tôi ngồi đơn độc trên chiếc ghế inox uốn cong hình chữ U ngược. Hôm nào cũng vào thời điểm này, tất cả các giác quan và cơ bắp trong cơ thể tôi đồng loạt rã rời: Tai ù đặc mớ kiến thức mới được nhồi nhét, hai mắt chớp giật như ngày giông bão, dạ dày gào thét kêu đói, bàn tay mỏi muốn rụng ngón do cầm bút viết quá nhiều.

Cảnh tranh tối tranh sáng từ đèn của những chiếc bảng hiệu và xe cộ đi lại tấp nập khiến tôi không để ý cô ta đang đi bộ lại gần. Chỉ đến khi cô ngồi xuống bên cạnh tôi, đặt đầu vào vai tôi, nhanh nhẹn và dứt khoát như một vận động viên thể dục nghệ thuật, tôi mới ngỡ ngàng nhận ra mình đang ở trong một tình thế tréo ngoe.

Trong khoảng một phút, tôi hoàn toàn không hiểu chuyện gì đang xảy ra. Nếu bạn là tôi chắc cũng vậy thôi. Đành rằng con người đang ngày càng gần nhau hơn, nhưng không phải theo cái cách này. Ở mức độ nào đó, một đứa con gái lạ hoắc bỗng dưng nhào đến rồi gục đầu vào vai một đứa con trai không quen biết, cũng tương tự một đứa con trai lén bóp vú con gái vậy. Xin đừng cười, tôi đang rất nghiêm túc đấy. Tôi chẳng phải người hẹp hòi gì mà không thể chia sẻ cái bờ vai sắp mười tám tuổi vừa rộng dài vừa vững chắc của mình cho ai có nhu cầu được dựa dẫm. Nhưng ít nhất cô ta cũng nên chào hỏi cho đàng hoàng, xưng tên cho lịch sự và trình bày rõ ràng cái hoàn cảnh éo le của mình trước đã, kiểu như: "Em vừa bị mẹ mắng, em bị điểm kém, em bị mấy đứa đầu gấu trong trường đánh, em bị thất tình...". Nhưng không, cô ả chẳng nói chẳng rằng, cứ thế mà dựa đầu vào vai tôi, như thể tôi chỉ là một con bù nhìn trên ruộng ngô.

Cô nàng trạc tuổi tôi, chắc cũng vừa rời khỏi một lớp luyện thi nào đó gần đây. Cô ta mặc áo trắng đồng phục nhưng không có huy hiệu trường, quần vải màu đen. Tóc cô dài đến ngang vai, xù như mì ống, mắt thâm quầng và má hóp lại. Đôi mắt cô ánh lên sự mệt mỏi và nỗi buồn chất chứa nhiều vấn đề với gia đình – trường học – bạn bè mà không biết trút đi đâu. Tóm lại là cô nàng giống như tất cả những đứa học sinh đang tuổi ẩm ương khác ở cái đất nước này.

Đó là năm phút dài nhất tôi từng trải qua. Ở cái tuổi đó, bọn con trai chúng tôi vẫn lén truy cập web đen ngoài quán internet và thủ dâm trong nhà tắm với cảm giác tội lỗi khó tả. Mỗi khi túm năm tụm ba trong giờ nghỉ giữa các tiết học, chúng tôi chỉ dám ba hoa về những game mới ra lò, về những bộ phim chiếu trên TV hay những chuyện tình dục lố lăng đăng trên báo lá cải. Chúng tôi tuyệt đối không bao giờ dám nhận rằng mình hiểu biết về bọn con gái. Ở cái tuổi đó, nghĩ đến việc được cầm tay một cô nàng xinh xắn trong trường mà mình thầm thương trộm nhớ cũng thấy sung sướng lắm rồi. Thế nên tôi đã thần thờ suốt mấy ngày liền vì được một đứa con gái tựa đầu vào vai.

Sau khi đã dựa dẫm chán chê, cô ả rời bỏ bờ vai tôi, đột ngột như một cơn bão bật tung cánh cửa của căn nhà ấm áp.

Cô ta đứng thẳng dậy, xốc lại chiếc túi xách quai chéo, rồi hòa mình vào dòng xe cộ, chẳng thèm nhìn tôi lấy một lần.

◻

Năm đó tôi thi trượt đại học. Một tấn bi kịch với các bậc sinh thành, nhưng cá nhân tôi chẳng thấy buồn gì lắm. Đó là một kết cục đã được dự đoán từ trước. Tôi tự biết sức học của mình, nó giống như con dao cùn, có mài giũa mấy cũng chẳng cắt được đá. Điều này rõ ràng như ánh sáng mặt trời, nhưng quá phũ phàng để bố mẹ tôi chịu chấp nhận.

Tôi không ôn thi năm nữa mà đăng ký vào học tại một trung tâm đào tạo thiết kế đồ họa. Vẽ vời chưa bao giờ là sở trường của tôi, nhưng ít nhất nó cũng khơi gợi chút hứng thú trong cái đầu toang hoác những khoảng trống vì đã gạt bỏ hết mớ kiến thức sách vở và trách nhiệm thi cử nặng nề.

Ai cũng nói đây là giai đoạn quan trọng nhất đời người. Cái tuổi mười tám, bạn bước chân ra khỏi vòng che chở của gia đình và nhà trường. Bạn chẳng còn bé bỏng nữa vì đã có quyền đi bầu cử, quyền ngồi tù nếu phạm tội. Cánh cổng trường phổ thông đã đóng sập lại sau lưng bạn, trước mặt là một đại lộ chằng chịt những ngã rẽ trải dài về cuối chân trời, cố phóng tầm mắt đến đâu cũng không thấy đích cuối. Thế mà tôi đã quyết định rất nhanh. Tôi không nuối tiếc những năm tháng học hành đã đổ sông đổ biển, cũng chẳng thấy sợ hãi con đường xa tít tắp phía trước. Tôi quan niệm rằng các con đường luôn giao nhau, nếu có lúc ta nhận ra mình đã sai lầm, hãy rẽ sang đường khác.

Việc học ở trường mới cũng chẳng đến nỗi tệ. Tuy không biết vẽ nhưng tôi có mắt nhìn tốt và sử dụng kỹ năng phần mềm rất thành thạo. Tôi tập trung vào những sản phẩm ứng dụng như thiết kế bộ văn phòng, poster, giao diện website. Điều này làm lũ bạn học vốn theo trường phái nghệ thuật bay bổng không bằng lòng. Chúng chê những thiết kế của tôi là khô khan, rập khuôn theo catalogue tham khảo. Nhưng tôi chẳng quan tâm. Tôi cần mẫn làm công việc mà mình giỏi nhất, chưa hẳn là đam mê, nhưng cũng có sự thích thú bên trong.

Ngoài những phiền phức đó thì mọi thứ đều ổn. Cuộc sống của tôi tích cực hơn thời phổ thông. Tôi không còn phải học vì điểm số hay vì sự hài lòng của bố mẹ. Tôi được phép đọc và nghiên cứu về những gì mình thích. Bạn bè mới tuy chẳng thực sự thân thiết nhưng đủ để tôi không cảm thấy cô đơn, lạc lõng.

Cũng trong khoảng thời gian này tôi gặp lại cô gái đó. Thú thực là trước đấy tôi còn quên mất đã từng gặp cô ta. Thậm chí ngay cả khi cô đã trở lại, tôi vẫn đinh ninh chuyện lần trước là một giấc mơ, một dạng ký ức ảo giác Déjà vu.

Lần tái ngộ thứ hai diễn ra giữa ban ngày nên mọi thứ có rõ ràng hơn, nhưng vẫn chưa đủ để tôi hiểu được chút gì về cô ả. Ấy là một buổi sáng chủ nhật tháng Ba năm 2007, tôi đang ngồi nghỉ trên ghế đá công viên sau khi vừa chạy hai vòng hồ thì cô ta bước tới với dáng điệu thong thả của người tản bộ nhiều hơn là đang tập thể dục. Ánh mặt trời sáng sớm rọi thẳng vào mặt làm tôi lóa mắt, cho đến khi nhận ra thì cô nàng đã ngồi bên cạnh, tựa đầu vào bờ vai đẫm mồ hôi của tôi, vẫn là sự dứt khoát không lệch một li, như nước được rót đầy đến đúng miệng cốc.

Cô ta đã lớn hơn nhiều sau một năm qua. Mái tóc dài và mượt không còn xù lên như tổ quạ chúa. Đôi mắt tèm nhem chứa cả một bể u sầu ngày đó đã mở to và sáng hơn. Vài giọt mồ hôi từ trên trán cô chảy xuống gò má hồng hào, đi qua chiếc cằm cân đối rồi rớt xuống áo phông màu xanh nước biển. Cô mặc áo khoác Adidas mỏng màu trắng bên ngoài, giày thể thao cùng màu với áo phông, và quần sooc ngắn khoe đôi chân đẹp nhất mà tôi từng được chiêm ngưỡng. Vài tia nắng ve vuốt làn da cô, tạo nên những tia lấp lánh như cát trên bãi biển.

Cô nàng vẫn giữ thái độ như không có tôi trên đời. Mắt cô hướng về con đường bao quanh hồ nước nhuộm một màu mùa xuân tươi mới, môi cô huýt sáo theo giai điệu bài *Chasing cars* phát ra từ chiếc iPod màu xanh nước biển gắn ở cạp quần. Ở cô toát lên một vẻ bình yên đến nao lòng, khiến tôi không dám và cũng không nỡ làm phiền. Mặt hồ hiếm khi phẳng lặng như một tấm gương, chỉ cần một viên sỏi nhỏ là đủ cho nó rung động đến cả thế kỷ sau.

Rốt cục, trong lúc tôi còn đang mải đấu tranh để ném viên sỏi đầu tiên thì cô ta đã đứng dậy và tiếp tục cuộc chạy bộ đang dở. Tất cả những gì tôi có thể làm sau đó là ngồi im và nhìn theo không chớp mắt đến khi cặp mông tròn như bánh đúc của cô khuất sau hàng cây bằng lăng chưa kịp thay lá.

Từ đó, tôi gọi cô là *Xanh nước biển*.

❏

Suốt thời gian còn lại trong năm, việc điều tra danh tính của *Xanh nước biển* trở thành mối bận tâm lớn nhất với tôi.

Tôi mua một tấm bản đồ thành phố và gạch dấu đỏ những nơi đã gặp cô. Tôi đưa thông tin tìm kiếm lên mạng. Tôi tới những nơi mà một cô gái tuổi đó thường tới. Nhưng chẳng có manh mối hay một suy luận khả dĩ nào đưa tôi đến với cô. Tất cả những đặc điểm của cô khi xâu chuỗi lại đều tạo thành một đống lộn xộn tới mức phi lí, cứ như là bước ra đường với một chân xỏ giày, một chân đi dép lê, mặc quần đùi với áo vest.

Sự tồn tại của *Xanh nước biển* là điều khó lý giải và phi logic. Nhiều lúc tôi hoang mang nghĩ rằng mình đang theo đuổi một người không có thật. Nhưng sự hiện hữu của cô là thật, không phải là ảo giác, giấc mộng mị hay ma quỷ nào hết. Nhiều người có mặt trong công viên hôm đó đều xác nhận có nhìn thấy cô. Hơn nữa, cảm giác ấm áp trên bờ vai tôi và mùi thơm từ tóc cô không thể là tưởng tượng.

❏

Tôi ra trường vào những năm 2008 – 2009, thời khắc đen tối nhất của loài người. Kinh tế thế giới suy thoái, đâu đâu cũng thấy những công ty phá sản, tinh giảm biên chế, người thất nghiệp xếp hàng dài tại các hội chợ việc làm. Nhưng nhờ sự thực dụng đến mức tầm thường trong cách thiết kế nên tôi luôn có một công việc, dù bấp bênh và đồng lương hết sức rẻ mạt.

Thật chẳng dễ chịu gì khi sống trong giai đoạn mọi thứ đều tăng giá vô tội vạ, chỉ có tình người và nghệ thuật là hạ giá. Những người trẻ tuổi chúng tôi ngày ngày vật vờ trong văn phòng, làm công việc tẻ nhạt, nghe nhạc của Lady Gaga và chơi Counter-Strike cho đến hết giờ. Một số người phải đi xe đạp vì tiền đổ xăng cao hơn lương tháng. Các đôi tình nhân chỉ còn một hình thức giải trí duy nhất là ngủ với nhau. Nhiều lúc, tôi có cảm giác đám mây đen tận thế đã phủ kín bầu trời, chỉ cần một tia sét là mưa sẽ ào ào trút xuống.

Trong hai năm này, tôi gặp *Xanh nước biển* thêm hai lần nữa. Mỗi lần gặp là một lần tôi cố gắng suy đoán về tình trạng và cuộc sống của cô, qua cách cô ăn mặc, cách cô thể hiện cảm xúc. Lần gặp thứ ba cô đang rất vui vẻ. Dù đã yên vị trên vai tôi nhưng đầu cô cứ lắc qua lắc lại, thỉnh thoảng cô cười tủm tỉm như đang nhớ lại lời tỏ tình của một chàng trai nào đấy. Nhưng đến lần thứ tư thì nước mắt cô chảy ướt sũng vai áo tôi. Mỗi lần xuất hiện, *Xanh nước biển* mang theo một cảm xúc khác nhau, nhưng cách bộc lộ ngày càng đậm nét. Chỉ có màu xanh nước biển, sự thờ ơ và cái cách cặp mông tròn trịa vẫy chào từ biệt là không thay đổi.

Xanh nước biển biến mất trong năm 2010 và 2011. Giai đoạn này cảm xúc của tôi lên trầm, xuống bổng như con thuyền trong bão tố. Tóm lại là tôi đã gần như phát điên, bị dồn nén giữa hai thái cực hy vọng và tức giận. Cô ta tự cho mình là ai mà có quyền thích đến là đến, thích đi là đi như vậy?

Tôi đổ lỗi cho cô ta về những năm tháng mà mình chẳng bao giờ muốn lấy lại. Khoảng thời gian đó mới thật điên rồ làm sao. Luôn là đường cụt hoặc ổ gà, bùn lầy khắp mọi nơi. Công việc sau chẳng tử tế hơn công việc trước là bao, bạn bè thì biến mất như bị hút vào lỗ đen vũ trụ, trong khi bụng tôi ngày càng to và những nếp nhăn quanh mắt thi nhau mọc lên. Tôi cũng đã thử gặp gỡ những cô gái khác, nhưng rồi bất lực nhận ra mình chỉ đang áp đặt tiêu chuẩn của *Xanh nước biển* vào họ.

Bình minh một sáng đầu hè, tôi bị đánh thức bởi dòng suối ấm áp trên đầu giường. Mới hơn sáu giờ rưỡi nhưng nắng đã tràn ngập căn phòng. Đâu đây có tiếng chim hót, chẳng rõ là bài ca tự do hay sự khao khát thoát khỏi ngục tù. Nói gì thì nói, hôm nay sẽ là một ngày tuyệt đẹp.

Tôi cảm thấy phấn chấn đến độ quyết định nghỉ việc một hôm. Xét cho cùng, việc tôi có mặt ở công ty hay không cũng chẳng khác nhau là mấy. Trong trường hợp xấu nhất là bị sa thải, tôi vẫn có thể tìm một công việc khác sau khoảng năm, sáu cuộc phỏng vấn. Những công việc tệ hại luôn lẽo đẽo theo ta suốt cuộc đời, còn những ngày đẹp trời thì không phải lúc nào cũng ngồi sẵn trên bậu cửa sổ.

Sau khi tắm rửa sạch sẽ, cạo râu và đánh răng thật kỹ, tôi mặc bộ quần áo thoải mái nhất của mình rồi bước ra đường. Đường phố vắng tanh. Giờ này, mọi người đã yên vị trong văn phòng và lớp học, những kẻ ngoài lề xã hội như tôi có lẽ không nhiều. Nắng rất to, nhưng không gắt, không oi. Nắng thơm phức như chiếc bánh mì vừa ra lò, thậm chí tôi có thể nghe tiếng rôm rốp của vỏ bánh. Tôi ăn một bát phở rất nhiều tương ớt. Tôi uống một cốc café dở tệ trong một quán dở tệ, được cái âm nhạc rất hợp gu của tôi. Nếu mà có bài *Chasing cars* chắc sẽ thực sự hoàn hảo, nhưng chủ quán nói không có bài đấy khi được tôi hỏi. Anh ta nhún vai: "Chúng ta đang sống trong năm 2012, còn ai muốn nghe một bài hát từ năm 2006 nữa cơ chứ?"

Đến mười giờ trưa thì tôi chẳng biết phải làm gì nữa, đành ghé vào hiệu sách mua một cuốn hú họa rồi ra ngồi ghế đá công viên, vừa đọc vừa ngắm thiên hạ. Cuốn sách thực sự là một thảm họa, hoặc do dịch thuật quá chán. Thế mà tôi vẫn đọc một cách ngấu nghiến, tính ra lần cuối cùng tôi đọc tiểu thuyết cũng cách đây cả tỷ năm có lẻ.

Chắc vì bị cận thị hay mắt kém, nên cô ta phải gí sát mặt vào cuốn sách để biết tôi đang đọc gì, mái tóc được làm kỹ lưỡng chạm cả vào mắt tôi, xộc lên mũi mùi keo xịt tóc. Sau một hồi ngó nghiêng chẳng tìm thấy điều gì thú vị, cô dựa đầu vào vai tôi như mọi khi.

Hôm nay, *Xanh nước biển* là một cô dâu xinh đẹp. Thực ra cô dâu nào cũng xinh đẹp, không phải do trang điểm mà do họ hạnh phúc. Tôi không biết phải miêu tả bộ váy của cô như thế nào. Trong mắt những kẻ độc thân thì mọi đám cưới, mọi cô dâu, chú rể đều giống hệt nhau. Nhưng bó hoa cô cầm trong tay là một tác phẩm nghệ thuật đích thực của một nghệ sĩ đích thực, không tắc trách và dốt nát như gã dịch giả của cuốn sách tôi đang đọc.

Đây chính là cái công viên chúng tôi gặp nhau lần thứ hai. Nhưng không có ai chạy bộ vào lúc mười rưỡi sáng cả. Những người lang thang trong công viên giờ này hoặc là rất rảnh rỗi, hoặc là đang mưu tính một việc gì đó, thường là việc xấu. Họ nhìn chúng tôi bằng ánh mắt tò mò. Một cô dâu váy áo lòe xòe ngồi tựa vào vai một gã chẳng có vẻ gì là chú rể. Một người thờ ơ với cảnh vật xung quanh, người kia căng thẳng đến độ cứng đờ như khúc gỗ. Người ta nên đến đây mà chụp lại cái khoảnh khắc này, hoặc vẽ một bức tranh, có thể vài nghìn năm sau con cháu chúng ta sẽ biết rằng thế giới đã đảo điên từ rất lâu rồi.

Một chiếc xe buýt dừng tại bến ngay bên ngoài hàng rào công viên. Tôi không nhìn thấy nhưng vẫn nghe rõ tiếng hơi nén phun ra khi cửa mở, tiếng bước chân, tiếng đóng cửa, tiếng xe chạy mất hút trong làn khói đặc quánh xả ra từ ống bô của con quái vật khổng lồ bốn mươi tám chỗ. Tôi chợt nhận ra hôm nay là tròn sáu năm kể từ lần đầu tiên tôi gặp cô gái này. Trong một khoảnh khắc, chúng tôi trở lại cái ngày đó. Chúng tôi lại khoác lên mình bộ quần áo đồng phục trắng sạch sẽ. Bụng của tôi vẫn chưa chảy xệ còn cô thậm chí chưa quen với cảm giác mặc áo lót độn ngực. Mọi người đi qua chúng tôi và bàn tán: "Loại học sinh gì mà lại rúc vào nhau trên ghế đá công viên khi đang giờ học thế này? Chắc chúng nó trốn học hú hí với nhau, chúng nó rủ nhau dạt nhà đấy. Bọn trẻ ranh bây giờ hư hỏng sớm quá." Họ thở dài, họ đánh giá chúng tôi, rồi bỏ đi, sau khi ném cho chúng tôi những cái nhìn khinh miệt.

Không đâu các ông các bà ạ. Chúng tôi không hư hỏng. Chúng tôi đã qua cái tuổi đó rồi. Bởi vì có những lúc trong cuộc đời, chúng tôi quá mệt mỏi hoặc bị ngã đau nên phải dựa vào nhau, để lấy lại thăng bằng cho nhau đấy thôi. Chúng tôi chỉ là những thanh niên to xác trong lốt trẻ con. Thậm chí chúng tôi còn chẳng biết mình đã trưởng thành hay vẫn còn ngu dại. Tôi là một kẻ lang thang hết con đường này đến con đường khác, ngập ngừng trước bao nhiêu ngã tư nhưng mãi chưa tìm được hướng đi khả dĩ nhất cho mình. Còn cô gái ngồi cạnh tôi là người tôi sẽ không bao giờ biết là ai. Tôi sẽ không bao giờ biết tên cô, tuổi của cô, cô có thích nhóm Chemical Romance không, cô có thích ăn món thịt bò xốt tiêu đen không, cô có thích vừa phóng xe máy thật nhanh vừa hát thật to trên đường cao tốc không... Tôi muốn hỏi cô rất nhiều điều. Tôi muốn thú nhận rằng tôi đã sống để đợi cô và đợi cô để sống suốt những năm qua. Mỗi buổi sáng tôi vẫn còn một lý do để thức dậy, để xỏ chân vào giày trước khi bước ra đường là nhờ cô.

Mặt hồ phản chiếu ánh nắng như chiếc mâm vàng khổng lồ. Tôi nheo mắt nhìn cô. Lớp phấn trang điểm làm má cô bị trượt khỏi vai áo tôi. Cô vòng tay quanh cánh tay tôi, nắm chặt bó hoa cưới bằng cả hai tay. Tôi tự hỏi một cô gái như vậy thì giọng nói sẽ thế nào? Tôi muốn nói một điều gì đó, để cô ngước lên nhìn tôi bằng đôi mắt trong trẻo của mình, để cô trả lời tôi bằng giọng nói thuộc về cô. Dù cô có nói bất cứ điều gì thì cũng hơn là im lặng mãi mãi. Tôi ghét sự im lặng của phụ nữ, tất cả đàn ông trên đời đều ghét sự im lặng của phụ nữ. Khi phụ nữ muốn làm tổn thương chúng tôi, họ chỉ cần im lặng.

Tôi sẽ nói gì đây nhỉ? Một câu hỏi thăm về thời tiết nhé. Nhạt nhẽo và cổ điển. Cô đã ăn sáng chưa à? Bây giờ đã là mười một giờ, quá muộn để ăn sáng và quá vô duyên để ăn trưa. Hay là tôi hỏi cô có thích xem phim của Châu Tinh Trì không. Ai mà lại không thích Châu Tinh Trì cơ chứ. Nhưng tôi sợ cô sẽ trả lời: "Giờ đã là năm 2012, còn ai thiết xem phim hài nữa?"

Có lẽ vậy, tôi tự cười nhạo chính mình. Giờ đã là năm 2012, việc gì phải nghĩ nhiều thế cơ chứ.

Chương trình radio dành cho những cô gái bị phản bội

Cuối cùng cô ta cũng biểu lộ cảm xúc của mình: Giận dữ và kiệt sức. Trong đôi mắt trũng sâu của cô hằn lên những vằn đỏ bao quanh đồng tử. Không gian đột nhiên trở nên yên tĩnh tới mức hắn có thể nghe thấy tiếng tim cô đập thình thịch trong lồng ngực.

Khi cô gái đó đến, hắn đang tự thưởng thức một cốc trà chanh mát lạnh, nghe nhạc trên kênh FM và ngắm nhìn vu vơ những tia nắng trên bậu cửa sổ cũ kỹ hoen gỉ. Phải mất một lúc hắn mới nhận ra có người đang gõ cửa, từng tiếng cộc cộc rụt rè vang lên qua lớp gỗ dày vừa được quét lại một lớp sơn trắng.

Cô có mái tóc dài, đen nhánh, kiểu tóc cổ điển ít thấy ở phụ nữ trẻ thời nay. Cách ăn mặc của cô không có gì nổi bật với áo phông trắng cộc tay, khoác ngoài là áo chống nắng mỏng màu be, quần bò màu xanh nước biển, giày converse trắng tinh sạch sẽ. Gương mặt cô khá xinh xắn và cân đối, tuy không thuộc dạng ấn tượng. Thân hình cô hơi gầy, dong dỏng cao. Dường như cô không được khỏe, mắt cô trũng sâu, nổi bật lên vết quầng thâm..

Hắn mời cô ngồi lên chiếc ghế sofa thoải mái nhất trong phòng khách và giải thích rằng sẽ pha một cốc trà chanh, không phải loại trà đá thêm chanh, mà là trà chanh theo gói, chẳng phù hợp lắm để tiếp khách vào một buổi sáng cuối tuần, nhưng là thứ nước uống duy nhất hắn có trong căn nhà này.

"Không sao. Tôi thì thế nào cũng được. Cảm ơn anh." Cô nói, có lẽ bây giờ cô chẳng còn lòng dạ nào để phân biệt trà chanh với nước lọc.

Hắn định tắt radio nhưng cô ngăn lại. "Tôi cũng đang muốn nghe chút nhạc, nếu anh không phiền."

Đó là chiếc radio cũ rích từ thập niên 90 được ông chủ nhà để lại. Nó vẫn còn khá tốt và mang một dáng vẻ cổ kính độc đáo khiến hắn không nỡ vứt đi. Hắn thường nghe nhạc bằng laptop hoặc iPod, nhưng đôi khi cơn hâm nổi lên, hắn lại táy máy dò một kênh ngẫu nhiên và nghe bất cứ thứ gì phát ra từ chiếc hộp sắt màu vàng xỉn: VOV giao thông, tin tức, tâm sự tình yêu, XoneFM... Mỗi lần nghe những âm thanh đó, hắn có cảm giác đang ngồi cạnh người ông quá cố của mình, trên bậc cầu thang khu tập thể một buổi chiều hè nghiêng ngả nắng vàng lẫn với tiếng cười tuổi thơ.

Khi hắn đang pha trà trong bếp thì nghe tiếng cô vọng vào: "Anh có căn nhà đẹp thật."

"Cảm ơn cô. Nhà tôi thuê từ một người quen đó mà." Hắn nói vọng ra.

Hắn thích nó ngay từ lần đầu tiên bước chân vào. Một căn hộ tám mươi mét vuông trong khu nhà tập thể cũ, nằm giữa quận Nhất hiện đại và sầm uất. Một người họ hàng đã cho hắn thuê nó với giá rất rẻ khi hắn vào Sài Gòn lập nghiệp, chủ yếu là muốn hắn trông nhà giúp. Khu nhà này đã lâu đời, lại đứng trên nền móng vốn rất yếu do nhiều tòa building khác mọc lên xung quanh, thành thử chẳng ai muốn sống ở một nơi thiếu an toàn như vậy. Nhưng hắn không lấy đó làm ngại, căn hộ rất gần nơi hắn làm việc, ngoài ra còn yên tĩnh và có cửa sổ lớn nhìn thẳng ra giếng trời luôn ngập nắng vào buổi sáng.

Hầu hết các căn hộ bên cạnh đều được sử dụng làm văn phòng, nên khu nhà hoàn toàn yên tĩnh vào buổi tối và hai ngày cuối tuần. Cho đến khi một cặp vợ chồng mới cưới dọn về sát căn hộ của hắn thì mọi thứ trở nên xáo trộn. Tường ở khu nhà này khá mỏng và cách âm không được tốt lắm, lại thêm thời gian bào mòn, nên mỗi lần họ hành sự là nghe rõ mồn một tiếng da thịt đập vào nhau, tiếng rên la của cô vợ, tiếng thở dốc của anh chồng. Có lần, *một thứ gì đó* cứ đập uỳnh uỳnh vào bức tường chung của hai nhà, làm vụn vữa và bụi rơi mù mịt trong căn hộ của hắn. Không thể kiềm chế được nữa, hắn tuôn ra một tràng trước sự chứng kiến của rất nhiều người.

"Mấy người có biết thế nào là xấu hổ không? Muốn *quất nhau* thì ra nhà nghỉ. Đừng để chuyện này tiếp diễn một lần nữa, không thì tôi sẽ hiếp anh và giết vợ anh... à nhầm, tôi sẽ giết chết anh và hiếp vợ anh!!!"

Dĩ nhiên sau đó hắn và gã chồng tẩn nhau một trận trên nền nhạc *Sexy and I know it* do một thằng ba que xỏ lá nào đó bật lên. Chuyện xảy ra cách đây ba hôm, từ đó đến giờ chẳng thấy một âm thanh nào phát ra nữa.

◻

Hắn đặt tách trà trước mặt cô, vặn nhỏ volume của radio rồi ngồi ở phía đối diện, cô đẩy cốc trà chanh hắn đang uống dở về phía chủ của nó.

"Cảm ơn anh đã dành thời gian cho tôi. Ban đầu tôi cứ lo anh sẽ từ chối." Cô nói, trước khi đưa tách trà lên môi nhấp một ngụm. Nửa trên khuôn mặt cô phản chiếu trong chiếc tách thủy tinh đầy nước trà và đá cục. Suốt từ khi xuất hiện đến giờ, cô luôn nhìn thẳng vào hắn bằng một ánh mắt cương quyết và lạnh lùng đến mức khó chịu.

"Không đâu. Tôi cũng luôn muốn được gặp cô từ lâu". Miệng trả lời như vậy, nhưng trong đầu hắn thì khác. Khi cô bất ngờ gọi cho hắn vào tối hôm kia, hắn đã đắn đo mất một lúc lâu. Việc gì hắn phải tiếp cô ta cơ chứ? Chuyện của họ chẳng liên quan gì đến hắn cả. Đành rằng cô ta là vợ sắp cưới của bạn thân nhất của hắn, nhưng khi họ quen nhau, hắn đã rời Hà Nội được một thời gian và chưa hề trở về suốt từ đó đến giờ. Hắn chưa từng gặp cô trước đây, cũng chẳng định gặp cho đến trước đám cưới.

"Anh ấy biến mất cách đây đúng một tháng. Từ đó đến giờ tôi chẳng nghe một chút tin tức gì của anh ấy, như thể anh chưa từng tồn tại." Cô bắt đầu câu chuyện.

"Không một chút gì sao? Người thân và bạn bè của nó, không ai biết nó đi đâu à?" Hắn hỏi. Hai khuỷu tay hắn chống lên bàn, các ngón tay đan chéo vào nhau. Đây là tư thế yêu thích của hắn trong các cuộc phỏng vấn xin việc.

"Vâng. Tôi đã hỏi tất cả những người quen và đến những nơi anh ấy thường lui tới..." Cô vuốt một lọn tóc khỏi mắt, nhìn xuống cốc trà của mình rồi lại ngước lên nhìn hắn.

"Mỗi sáng thức dậy với tôi thật kinh khủng. Anh có tưởng tượng được không? Tôi ngồi trên giường hàng tiếng đồng hồ, hai chân chạm đất, chẳng biết làm gì ngoài việc nhìn chằm chằm vào cái nghĩa địa sau nhà. Tôi đã sống ở đó cả cuộc đời, ngày nào cũng là những ngôi mộ đó, những con mèo đó, những thảm cỏ úa tranh giành sự sống trên những mỏm đá. Thế nhưng khi anh ấy đi mất, tôi mới hiểu nỗi sợ khi sống gần nghĩa địa.

Thái độ của anh ấy bắt đầu thay đổi khoảng hai tuần trước khi biến mất. Khi chúng tôi ở bên nhau, anh hay có những khoảng lặng rất kỳ lạ. Tôi biết có vẻ không hợp lý nhưng chắc phải dùng từ 'sâu' để diễn tả sự im lặng đó. Cứ như là tâm trí của anh đã ở rất sâu bên dưới một cái giếng hoang tối tăm không nhìn thấy đáy. Đôi khi tôi phải gọi đến mấy lần hoặc lay lay người, anh ấy mới trở lại mặt đất."

"Thứ lỗi nếu tôi ăn nói vụng về, nhưng cô không nghĩ nó đã gặp tai nạn hay vướng vào một rắc rối nào đó sao?" Hắn tỏ vẻ ái ngại.

"Tôi cũng từng nghĩ thế nhưng chắc không phải." Cô tiếp lời hắn ngay lập tức, như thể đã có rất nhiều người từng đặt câu hỏi này. "Nếu anh ấy gặp chuyện gì đó thì sẽ không biến mất khỏi cõi đời như bong bóng xà phòng. Hơn nữa, vào những ngày cuối cùng, anh ấy cố tình trốn tránh tôi. Chúng tôi đã đặt bàn tiệc, thuê áo cưới và trang điểm, thiệp mời cũng được gửi đi một nửa. Ban đầu tôi nghĩ anh ấy mệt mỏi vì chuyện cưới xin, nhưng thái độ lạnh nhạt khiến tôi thấy bất an."

Radio đang phát đến bài *Truly Madly Deeply* một bài hát rất nổi tiếng của nhóm Savage Garden trong thập niên 90.

Sự căng thẳng ngột ngạt bắt đầu lan tỏa trong không trung. Hắn cầm tách trà của mình lên và uống một hớp vừa đủ tưới ướt cái cổ họng đang khô khan như sa mạc. Một dòng thác màu hổ phách mát lạnh trào từ thực quản xuống dạ dày, hồi sinh mọi ngóc ngách trong cơ thể.

Bài hát của nhóm Savage Garden chấm dứt, MC trở lại với chương trình bằng một lá thư của bạn nghe đài: *"Thưa các anh chị, em đang rất buồn vì bạn trai em đã bỏ rơi em để đi theo một cô gái xinh đẹp và giàu có hơn em. Liệu chương trình có thể gửi tặng em một bài hát được không ạ?"*

"Được chứ bạn. Đọc những lá thư nhảm nhí và tặng những bài hát cũ rích cho những kẻ đáng thương hại như bạn là việc của chúng tôi mà. Sau đây chúng ta sẽ đến với nhạc phẩm..."

"Nghe anh ấy kể rằng anh làm công việc gì đó liên quan đến nhân sự phải ko?" Cô chuyển chủ đề sau một lúc im lặng.

"Tôi làm cho một công ty săn đầu người. Công việc của tôi là giám sát thông tin tuyển dụng, nhận hồ sơ và phỏng vấn ứng viên, đồng thời quyết định chọn ai và loại ai." Hắn trả lời ngắn gọn rồi lại uống thêm một ngụm trà chanh. Thời tiết có vẻ nóng lên, hoặc là hắn đang tưởng tượng vậy.

"Chắc hẳn đó là một công việc thú vị lắm nhỉ." Cô mỉm cười lần đầu tiên kể từ lúc xuất hiện, nhưng điều đó cũng không chứng tỏ là tâm trạng của cô đã tốt hơn.

Hắn ừ hứ cho qua chuyện. Hắn ghét những chốn ồn ào, ghét những cuộc đối thoại dài lê thê, thế nhưng cuối cùng lại phải làm cái công việc đó hàng ngày.

"Thử nghĩ mà xem, anh ngồi trên một chiếc ghế da sang trọng, hả hê chứng kiến sự lo âu, căng thẳng của người khác. Anh thích ai thì cho họ qua, ghét ai thì đánh họ trượt. Tóm lại là anh nắm quyền sinh sát trong tay, cảm giác đó hẳn phải rất thú vị."

Cô dừng lại một lúc như để xếp cho ngay ngắn những từ ngữ tiếp theo.

"Đã bao giờ anh dùng quyền lực nhỏ bé của mình để tư lợi một điều gì chưa?"

"Ý cô là sao?" Hắn ngồi dựa lưng vào ghế và khoanh tay trước ngực như một phản xạ tự vệ.

"Đại loại như gợi ý ứng viên phải trao đổi một điều gì đó, tiền hoặc tình..." Cô nhún vai, sắc thái trên mặt cô vẫn không có một chút suy chuyển.

"Với-tất-cả-sự-tôn-trọng..." Hắn nhấn mạnh lời nói của mình, cố kiềm chế để không mất bình tĩnh, "...tôi tin rằng chủ đề chúng ta đang thảo luận chẳng liên quan gì đến công việc của tôi hay hòa bình thế giới. Vậy nên tôi thực sự mong rằng cô sẽ biết kiểm soát lời ăn tiếng nói của mình hơn, được chứ?"

"Anh hiểu nhầm rồi. Tôi chỉ muốn tìm hiểu thêm về công việc của anh, cũng là để rõ hơn về con người anh mà thôi. Xin lỗi nếu làm anh phật ý." Cô phủ nhận.

Thái độ của cô làm hắn khó chịu. Hắn chuyển hướng nhìn sang khung cửa sổ chìm ngập trong nắng, tưởng tượng mình thoát khỏi căn phòng này, vươn tới giậu cây dây leo xum xuê thả từ trên gác thượng xuống, che kín một phần giếng trời. Một ngày chủ nhật tuyệt đẹp, thế mà hắn lại chết gí ở đây với con người đang đau khổ này.

Công việc khiến hắn gặp đủ mọi loại người mỗi ngày: Tốt, xấu, dốt nát, thiên tài, có tài mà không có đức, có đức không tài, đôi khi chẳng có gì hết... Khi đã làm cái nghề này đủ lâu, bạn sẽ rèn cho mình khả năng đọc vị người đối diện, biết được bản chất của họ, mục đích và tham vọng của họ đến đâu. Thế nhưng hắn chẳng đọc được gì từ cô gái này cả. Hắn tin rằng cô ta không đi một quãng đường xa đến vậy chỉ để uống một tách trà và làm phiền ngày nghỉ của hắn. Có lẽ hắn nên hỏi thẳng cô ta, sẽ đỡ mất thời gian của cả hai.

"Tôi cho rằng chúng ta nên đi thẳng vào vấn đề. Đã ba năm rồi tôi và nó không gặp nhau, tôi hoàn toàn không biết lý do vì sao nó biến mất tăm tích..."

"Anh hiểu sai ý tôi rồi..." Cô cướp lời hắn như chiếc kéo cắt đứt sợi dây chun. "...Tôi không vượt 1750 km tới đây để hỏi anh có vô tình biết vì sao anh ấy đá tôi ngay trước ngày cưới, hay làm thế nào để anh ấy quay về đâu. Không!!! Tôi không phải loại đàn bà yếu hèn chỉ biết tự hành hạ mình bằng những câu hỏi *tại sao* không có lời giải đáp. Nếu người ta có thể yêu nhau mà không cần lý do, thì hết yêu cũng vậy thôi, cố gắng vin vào một cái cớ nào cũng chỉ khiến mọi thứ thêm tồi tệ. Đúng là tôi đã rất khổ tâm và đã suy nghĩ nhiều, nhưng tôi chỉ trăn trở một điều duy nhất: Làm thế nào để anh ấy quay về."

Cuối cùng cô ta cũng biểu lộ cảm xúc của mình: Giận dữ và kiệt sức. Trong đôi mắt trũng sâu của cô hằn lên những vằn đỏ bao quanh đồng tử. Không gian đột nhiên trở nên yên tĩnh tới mức hắn có thể nghe thấy tiếng tim cô đập thình thịch trong lồng ngực. Chiếc radio đang phát bài *Someone likes you* của Adele, nhưng âm thanh quá nhỏ đến nỗi bị nuốt chửng vào hố đen căng thẳng giữa hai người.

"Vậy là cô muốn tôi giúp cô đưa nó trở về?" Theo phản xạ, hắn chỉ một ngón tay vào mặt mình. "Tôi chẳng giúp gì được đâu, rất tiếc vì cô đã phải đi một đoạn đường xa đến vậy để rồi thất vọng."

"Thực ra anh giúp được tôi, và chính anh cũng đã đồng ý giúp tôi kể từ khi mở cửa cho tôi vào."

Rõ là trên mặt hắn đang gắn một dấu hỏi to tướng.

"Để tôi giải thích nhé." Cô đưa tay ra hiệu hắn hãy im lặng. "Ấn tượng ban đầu của tôi về anh có vẻ là một người nhã nhặn và lịch sự. Nhưng kỳ thực anh là kẻ căm ghét đồng loại, chỉ yêu mỗi bản thân mình. Người bạn thân nhất của anh là sự cô đơn. Anh sống ích kỷ và chẳng bao giờ quan tâm đến cảm xúc của người khác. Có lẽ cả đời anh chưa từng giúp đỡ ai thật lòng. Tôi nói đúng chứ?"

"Tôi đã đọc những đoạn chat *Yahoo! Messenger* giữa anh và anh ấy. Chẳng những không giúp anh ấy bình tĩnh lại mà anh còn ném thêm những hòn đá xuống mặt hồ vốn đã dậy sóng. Mới chỉ tiếp chuyện với anh có hai mươi phút thôi mà tôi đã thấy sởn gai ốc vì sự giả dối của anh. Cái nét mặt và ngữ điệu nói năng như thể anh chẳng liên quan gì hết. Tôi có cảm giác anh luôn đứng trước gương hàng tiếng đồng hồ mỗi ngày để tập nói dối chính bản thân mình." Cô ta càng lúc càng xúc động mạnh. Hai hàm răng của cô nghiến vào nhau tạo nên một tiếng rít như lưỡi cưa, ánh mắt cô đỏ ngầu vì giận dữ trong khi các cơ trên mặt co rút.

"Tôi nghĩ rằng đã đến lúc kết thúc cuộc đối thoại của chúng ta..." Hắn toan đứng dậy nhưng rồi lại ngồi phịch xuống ghế. Giờ hắn mới nhận ra từ phần thắt lưng trở xuống không còn cảm giác gì nữa.

Cùng lúc đó, một ngọn núi lửa phát nổ trong dạ dày của hắn, nó phun trào ngược những dòng nham thạch lên thực quản, đốt cháy cổ họng hắn. Mắt hắn mờ đi như đang đeo một chiếc kính bơi đẫm nước. Thứ duy nhất hiển hiện phía trước là một dải chất lỏng màu vàng nghệ rất nhỏ đang lắng thành cặn dưới đáy cốc trà chanh.

"Cô... muốn... gì... ở... tôi?" Giọng nói của hắn đã lạc đi từ tận sâu cuống họng. Hai bàn tay hắn ôm chặt cổ họng trong nỗ lực tuyệt vọng dập tắt cơn bỏng rát.

"Tôi đã nói rồi. Tôi muốn anh giúp tôi đưa anh ấy trở về. Không như anh, anh ấy là một người bạn tốt. Chẳng có bạn tốt nào lại không dự đám tang bạn thân nhất của mình cả." Tiếng nói của cô ta vang vọng khắp căn phòng trước khi đi vào hai lỗ tai hắn đang lùng bùng những tiếng gọi của Thần Chết.

Hắn đổ nhào xuống sàn nhà, cốc trà rơi theo vỡ tan bên cạnh hắn, những giọt nước còn lại tràn ra sàn gạch màu nâu ngói cũ kỹ, chảy xuống những khe nứt nham nhở. Mặc dù mồ hôi đầm đìa nhưng hắn lại thấy lạnh như một miếng thịt đông.

Cô ta đem chiếc cốc của mình ra bồn rửa bát rồi mở nước. Hắn chỉ đoán vậy qua những âm thanh lúc chìm lúc nổi của vòi nước, tiếng cọ tay vào thủy tinh, xen lẫn với tiếng nhạc phát ra từ radio.

Sau đó cô ta trở ra tay không, tắt radio và mặc áo chống nắng.

"Giá như anh thành thật hơn, có lẽ tôi đã để anh sống. Nhưng loại người như anh đã hết thuốc chữa. Dù sao trước khi chết anh cũng đã làm được một việc có ích. Tôi chấp nhận mọi kết cục sau này, nhưng tôi cần phải gặp lại anh ấy."

"Cảm ơn đã mời tôi uống trà."

Tiếng bước chân dần xa, tiếng mở cửa và tiếng đóng cửa vọng vào. Hắn không còn cảm nhận được bất cứ phần thể xác nào của mình nữa. Trước mắt hắn là một khoảng không trắng xóa. Hắn nhớ đến gia đình mình, nhớ cả chiếc radio cũ và người ông quá cố đang ngồi giữa hành lang khu nhà tập thể. Hắn nhớ những ngày đẹp trời, khi nắng và gió hòa một lượng vừa đủ vào nhau khiến hắn khoan khoái đến mức không thể nhớ nổi mình đang ở Hà Nội hay Sài Gòn.

Căn hộ bên cạnh bắt đầu phát ra những âm thanh lạ, bức tường rung chuyển, từng mảng vữa rơi rụng khắp sàn nhà, hòa lẫn vào cặn nước trà tạo thành một mùi rất khó chịu.

Người nghèo không cần Giáng sinh

Một đứa trẻ sinh ra ở cái mảnh đất "chó ăn đá, gà ăn sỏi", cứ mỗi năm lại lũ lụt một lần, lại tang thương trắng xóm làng, lại hóp cái bụng xẹp dúm, vươn cái cổ dài như cây phi lao chắn đê biển lên mà hóng trực thăng chở hàng cứu trợ đi qua. Một đứa trẻ cả đời sống trong nghèo khó, ban ngày đi bê gạch vữa cho ông bố thợ xây, tối về thắp đèn dầu ngồi học bài, cái đói chui cả vào trong giấc ngủ, chưa từng được một lần xem phim của Disney. Một đứa trẻ như thế thì cần đếch phải biết Giáng sinh là cái gì?

Hắn ghét Giáng sinh.

"Con người thời nay nhạt nhẽo đến thế cơ à?" Hắn luôn tự hỏi mình câu đó mỗi dịp này trong năm. Họ sống nhạt đến mức phải bám vào cái ngày vốn chẳng liên quan gì đến họ, để được gặp nhau, được ăn uống, được tặng quà... trong khi bản thân họ thậm chí còn chẳng biết gì về Chúa. Cũng không trách được, bấu víu vào một điều có-vẻ-thú-vị khiến con người trải qua những ngày vô nghĩa một cách nhanh chóng và đỡ buồn chán hơn. Cảm giác giống như kẻ sắp chết đói lang thang trên đường. Cứ một quãng lại nhặt được vài xu lẻ khiến hắn hy vọng sớm muộn gì cũng đủ tiền để mua một cái bánh mì. Nhưng cuối cùng hắn vẫn chết đói mà thôi.

Một lũ người ngu xuẩn.

Hắn đưa điếu thuốc lên môi rồi rít một hơi thật dài, sau đó nhả ra làn khói màu xám đục như màu của ánh hoàng hôn lạnh lẽo cuối năm.

Với hắn, Giáng sinh chỉ đơn thuần là một buổi làm việc xuyên đêm, cho đến khi ông già Noel đã chui ra khỏi cái ống khói cuối cùng. Hắn chưa từng có một món đồ chơi trong đời chứ đừng nói là Giáng sinh. Thực ra, hồi nhỏ có lần hắn nhặt được một con cá sấu nhồi bông rách rưới bẩn thỉu dưới dòng kênh đen kịt gần nhà. Hắn đem nó ra sông giặt cho đến khi cái mùi tanh tưởi đã nhạt đi, rồi đặt tên cho nó là Ma Bư. Nhưng hắn không coi Ma Bư là một món đồ chơi, hắn coi con thú bông đó là bạn thân nhất của mình.

Bỗng dưng hắn muốn nhổ toẹt một bãi xuống mặt đường vẫn còn vương dấu tích cơn mưa ban chiều. Nhưng hắn kịp kiềm chế. Làm cái chuyện đó trước cửa quán café đông người sẽ khiến hắn bị đuổi việc ngay lập tức. Hắn đã sống rất cẩn trọng suốt bao nhiêu năm qua, không để mất lòng ai, không ngừng nỗ lực và không bao giờ phạm sai lầm. Hắn hiểu rằng xuất phát điểm của mình quá thấp nên sẽ mất nhiều thời gian vươn lên hơn những người khác, chỉ một chút sơ sẩy sẽ khiến hắn thụt lùi lại rất nhiều bước trong ván cờ của cuộc đời.

Hắn liếc nhìn đồng hồ treo trên quầy thu ngân, mười một giờ đêm. Mọi người đã phải làm việc rất vất vả suốt một tuần nay để trang trí cho lễ Giáng sinh, và giờ Cu Long, cậu chủ trẻ tuổi, đẹp trai và phóng khoáng đang kiểm tra tất cả lại một lần nữa, để chắc chắn rằng sẽ không có sai sót gì xảy ra.

Mỗi người đều được gán cho một số phận từ trước khi xuất hiện trên cõi đời. Hắn thì quá rõ ràng là kém may mắn vì sinh ra đã được mang ngay kiếp con nhà nghèo. Cậu chủ Cu Long thì ngược lại, giàu có từ trong trứng nước, cả đời chưa từng phải thiếu thốn bất cứ một thứ gì. Nước da anh ta trắng đến nỗi hãng Pond's từng nài nỉ không biết bao nhiêu lần để mời về làm người mẫu mà không được. Mỗi lần anh ta nở nụ cười kiểu Tom Cruise, hàm răng thẳng tắp không bói đâu ra một vết ố lại tỏa sáng làm chói mắt cả những nàng công chúa chảnh chọe nhất. Lúc nào cũng vậy, anh ta ân cần và hòa nhã với tất cả mọi người theo kiểu một đức hiền nhân.

Thực ra hắn chẳng có vấn đề gì với Cu Long. Hắn nghèo thật, nhưng không bao giờ mặc cảm với cái nghèo hình thang của mình, cũng chẳng ghen tỵ với sự giàu sang của ai. Hắn không muốn phí phạm thời gian cho những việc vớ vẩn không thu được một xu vật chất hay một cắc kiến thức nào. Có lẽ nhờ đức tính đó nên hắn mới thuộc trường hợp hiếm hoi trong làng đỗ đại học. Không như những bạn bè tuổi ấu thơ của hắn, lũ con trai thì lên thành phố làm thợ xây, trộm cắp, đi tù, bọn con gái không bị bóc lột trong các khu công nghiệp thì cũng làm đĩ cả.

❐

Nàng sống ở làng bên cạnh, ngăn cách với làng hắn bởi con mương dẫn nước và ngôi trường mái ngói bé nhất thế giới.

Gia đình nàng còn nghèo hơn gia đình hắn. Nàng luôn luôn đi học với những bộ quần áo cũ của chị gái, cùng chiếc cặp rách nát khốn khổ cứ thi thoảng lại làm vương vãi xuống đường hết sách đến vở. Bù lại, nàng có một mái tóc rất đẹp và không bao giờ để quần áo mình bị vấy bẩn bởi bùn đất hay cái nghèo trải dài khắp mảnh đất miền Trung khô cằn.

"Khi nào lên Hà Nội học đại học, bọn mình sẽ sống cùng nhau nhé." Nàng đề nghị. Họ đang ngồi trước sân trường, bàn về kỳ thi tốt nghiệp trung học sắp tới.

"Anh có được ngủ với em không?" Hắn hỏi bằng giọng tỉnh bơ như gà gáy mỗi sáng.

"Ngủ cùng thì được, thức cùng thì không." Nàng ném cho hắn một cái lườm.

"Vậy thì chả có gì thú vị cả."

"Sao lại không thú vị? Cuộc sống ở thành thị chắc chắn là phức tạp hơn nhiều cái con đường làng đầy ổ gà và phân bò của chúng mình. Nếu anh muốn có ngày em trở thành vợ anh, ok, em sẽ cho anh cơ hội để chứng tỏ anh là người chồng tốt."

"Ngay cả khi chúng ta sẽ là cặp vợ chồng sinh viên nghèo nhất thế giới, đến mức không đủ tiền mua sự tự tin mà ngủ với nhau sao?" Hắn thắc mắc.

Nàng cấu hắn một cú đau điếng.

"Ok, được rồi. Anh hứa sẽ chăm lo cho em cả đời." Hắn thề thốt. Một con chim đang bện rơm cho cái tổ của nó trên cây cổ thụ đầu làng.

Kỳ thi đại học năm đó, cả hai đều đỗ vào những trường top đầu với số điểm rất cao. Hắn lang thang suốt một tuần mới tìm được nơi ở cho nàng và hắn. Một căn phòng rộng chừng mười hai mét vuông trong khu xóm trọ nhung nhúc sinh viên và chuột. Họ chẳng có mấy thứ để mang theo lên Hà Nội, trừ quần áo, dụng cụ học tập. Riêng hắn có thêm con cá sấu nhồi bông Ma Bư, người bạn thân nhất.

Nhờ vẻ ngoài dễ nhìn lại trắng trẻo nên nàng sớm kiếm được một công việc bán hàng mỹ phẩm, còn hắn bưng bê và rửa bát ở một quán ăn nhỏ. Ngày nào cũng đều như đồng hồ hẹn giờ, cả hai lên giảng đường để học như điên, rồi lại đi làm thêm, ai về trước thì lo cơm nước. Thường thì đến mười giờ họ mới thực sự xong tất cả công việc trong ngày với một cơ thể rã rời chỉ chực nhào xuống tấm đệm mỏng dính mà ngủ đến không biết trời đất gì. Tuy vậy, họ vẫn dành thời gian cho nhau, kể về những chuyện đã xảy ra trong ngày hôm nay, những điều mới mẻ mà chốn phồn hoa đã cho họ thấy. Theo như nàng phân tích, thì đó là chất xúc tác duy trì mối quan hệ "vợ chồng chay" không bao gồm tình dục của họ.

Vào những ngày được nghỉ hiếm hoi trong tháng, họ sẽ ra ngoài chơi, ngắm phố xá và in dấu giày lên tất cả những viên gạch lát đường của thành phố, như để cho bõ mười tám năm chỉ biết đến con đường làng ngập bùn và phân bò. Họ sẽ lên kế hoạch trước từ nhà: Định đi đâu, qua những con đường nào, nếu đi ăn thì sẽ không đi uống, nếu muốn đi uống một cốc sinh tố hay café thì phải ăn cơm trước ở nhà.

◻

Hắn định rít thêm một hơi nữa, nhưng chợt nhìn thấy San San đang bước ra từ trong cửa hàng nên vội vàng vứt điếu thuốc hút dở xuống đất rồi di chân lên mấy lần như giẫm chết một con gián.

Xui cho hắn, cô đã nhìn thấy tất cả. Cô nói với hắn bằng giọng trách móc. "Em đã bảo là anh hãy dừng hút thuốc đi cơ mà." San San đã nói câu này rất nhiều lần rồi, chẳng có chút tác dụng nào với hắn.

"Em làm gì mà lâu thế? Xong xuôi hết chưa?" Hắn hỏi.

"Anh Long vừa dặn dò em mấy việc. Giờ thì tụi mình đi ăn thôi." Cô nở nụ cười ngoác đến tận mang tai, làm hai lúm đồng tiền hiện trên gò má đã tái đi vì lạnh, đôi mắt cô híp lại như hai đường chỉ sau cặp kính cận. Dù rất mệt mỏi khi phải trải qua tám tiếng làm việc, nhưng chẳng bao giờ nụ cười thôi hiện hữu trên gương mặt cô.

San San là người duy nhất trong số các nhân viên của quán chịu làm bạn với hắn, có khi là người duy nhất ở cái thành phố này. Quê cô ở gần biển, nên tính cách của cô cũng rộng rãi như biển cả. Cô không hề e ngại cái vẻ ngoài lạnh lùng đến mức khó ưa của hắn. Trái ngược với hắn, cô sống một cuộc sống vô lo vô nghĩ, hồn nhiên với cái tuổi hai mươi của mình. Tâm hồn cô lãng mạn bay bổng, trong lòng luôn cháy bỏng mơ ước trở thành một đạo diễn điện ảnh. Cô trích đến một phần ba số tiền lương làm bồi bàn mỗi tháng để mua đĩa phim. Trong đầu cô là một kho tàng kiến thức vô cùng phong phú về phim ảnh, bất kể là phim Việt Nam, Hàn Quốc, Nhật Bản cho tới Hollywood.

Cả hai lượn lờ khắp các con phố của Hà Nội. Gần mười hai giờ đêm nhưng ánh đèn vẫn sáng trưng trong các cửa hàng, người ra kẻ vào nhộn nhịp, hơi lạnh phả ra từ miệng của họ. Cứ mỗi khi đi qua một cửa hàng được trang trí đẹp mắt, San

San lại chỉ về đó rồi reo lên thích thú như đứa trẻ con được đi thăm công viên khủng long, trong khi hắn thì khốn khổ vì gió tạt vào mặt chẳng khác nào những cái tát lạnh buốt.

Đến trước một quán ăn đêm vỉa hè, cô bảo hắn dừng xe. Họ chọn một bàn trong góc tường, gần nồi nước lèo bốc khói nghi ngút. Viên than tổ ong đỏ rực tỏa nhiệt từ trong lò, sưởi ấm cả một góc quán. San San gọi một bát phở tái nạm, còn hắn ăn mì tim cật. Cả hai đều rất đói nên tập trung vào ăn, chẳng ai nói với ai câu nào.

"Ngày mai anh sẽ đóng vai ông già Noel đấy." San San đã ăn xong bát phở của mình, lau miệng bằng một tờ giấy ướt mang theo. Cô không bao giờ dùng giấy ăn của quán vì cho rằng chúng được làm từ nhựa trải đường.

"Có thể đổi cho ai khác được không? Anh chỉ muốn bưng bê thôi." Hắn cau mày.

"Tại sao anh lại ghét làm ông già Noel nhỉ? Anh chỉ việc đứng đó để chào khách và chụp ảnh với họ thôi mà. Bao nhiêu người muốn mà chẳng được." Cô thắc mắc.

"Anh thà bưng bê còn hơn. Anh không thích đứng một chỗ trong khi tất cả mọi người phải chạy ngược chạy xuôi. Cảm giác như anh là kẻ ích kỷ lười biếng trong cuộc cách mạng công nghiệp."

"Mỗi người một việc, chẳng ai đánh giá anh đâu. Với cả đích thân anh Long phân công như thế, muốn thắc mắc thì đến gặp sếp nhé." Cô đẩy cặp kính lên cao trên sống mũi.

Nghe đến tên "sếp Long" là hắn chấm dứt luôn hy vọng. Cậu chủ Cu Long là người đã muốn gì thì có trời cũng không cản được.

Hắn đã ăn xong bát mì tim cật, húp đến giọt nước lèo cuối cùng. Một bát mì chưa đủ để làm đầy một phần ba cái dạ dày lúc nào cũng rỗng của hắn, nhưng với hắn thế là sang lắm rồi. Chẳng bao giờ hắn cảm thấy ngon miệng khi nghĩ đến bố mẹ lam lũ và đứa em gái không có nổi bộ quần áo tử tế mặc đi học.

"Giáng sinh này anh thích được tặng cái gì?" San San kéo hắn từ miền quê khốn khó trở lại với nồi nước lèo bốc khói.

"Em thừa biết là anh không quan tâm đến ông già Noel hay những mong ước vô bổ mà."

Một đứa trẻ sinh ra ở cái mảnh đất chó ăn đá, gà ăn sỏi, cứ mỗi năm lại lũ lụt một lần, lại tang thương trắng xóm làng, lại hóp cái bụng xẹp dúm, vươn cái cổ dài như cây phi lao chắn đê biển lên mà hóng trực thăng chở hàng cứu trợ đi qua. Một đứa trẻ cả đời sống trong nghèo khó, ban ngày đi bê gạch vữa cho ông bố thợ xây, tối về thắp đèn dầu ngồi học bài, cái đói chui cả vào trong giấc ngủ, chưa từng được một lần xem phim của Disney. Một đứa trẻ như thế thì cần đếch phải biết Giáng sinh là cái gì?

"Trẻ con tin vào ông già Noel vì ông mang cho chúng những món quà vật chất. Những đứa trẻ đã không còn bé như chúng ta thì tin vào những món quà tinh thần nhiều hơn. Nó khiến ta thấy vui, buồn, hy vọng... Dù sao có cảm xúc vẫn tốt hơn trạng thái trống rỗng." Cô nói.

"Thế em mong ước gì trong đêm Giáng sinh?" Hắn hỏi ngược lại cô.

"Em chỉ mong mình sớm nghĩ ra cái tình huống cho bài tập về nhà sắp phải nộp thôi." Cô thở dài.

"Tình huống kịch bản phim ấy hả?"

"Vâng. Em nghĩ nát óc mới ra một tình huống, hay để em thử trình bày cho anh nghe xem có hợp lý không nhé." Cô chạm hai đầu ngón tay trỏ vào nhau, đưa chúng lơ lửng trước mắt.

"Nói thử anh nghe xem nào." Hắn trả lời.

"Một cặp đồng nghiệp đang giờ làm việc thì rủ nhau vào nhà vệ sinh để hú hí. Không phải loại nhà vệ sinh công cộng có nhiều buồng đâu, mà là kiểu trong nhà nghỉ ấy, chỉ có một buồng duy nhất. Thế rồi khi họ đang 'ABC' thì có tiếng đập cửa, một đồng nghiệp khác cố tình muốn chơi khăm cả hai."

Hắn lặng lẽ suy nghĩ một hồi rồi nói.

"Anh thấy không ổn."

"Không ổn chỗ nào?"

"Chẳng hợp lý chút nào khi nhà vệ sinh đang khóa mà lại có người đập cửa ầm ầm. Cho dù như vậy, chỉ cần một trong hai người nói vọng ra là có người rồi, thế là xong mà."

"Vậy đấy, em đúng là đồ vô dụng." San San úp mặt vào hai tay, tiếng thở dài não nề xuyên qua các kẽ tay.

"Em có thể đổi ngược lại. Họ vào nhà vệ sinh hú hí với nhau. Khi xong việc mới phát hiện khóa cửa bị hỏng, không thể mở được từ bên trong. Nếu cầu cứu từ bên ngoài thì sẽ bị lộ, vậy là một tình huống dở khóc dở cười sẽ diễn ra." Hắn phân tích.

"Anh quả là thiên tài. Tại sao anh không học một ngành nghệ thuật nào nhỉ?" Cô reo lên.

Hắn không trả lời. Nghệ thuật ư? Quá xa xỉ với kẻ phải lo lắng từng bữa ăn, từng đồng tiền đóng học như hắn. Mà cho dù gia đình có khá khẩm hơn, hắn cũng chẳng bao giờ mơ mộng đến những điều phi thực tế.

"Muộn lắm rồi, bọn mình về thôi. Sáng mai anh còn phải đi học nữa." Hắn rút chiếc ví cũ rích đã bạc phếch bạc phơ, đường chỉ sút xiên vẹo từ trong chiếc áo khoác cũng cũ rích và bốc mùi lâu ngày không giặt.

"Để em trả, anh còn chưa lĩnh lương mà." San San ngăn hắn lại.

"Lần trước em đã trả tiền rồi, đừng khiến lòng sĩ diện của anh bị cảm lạnh." Hắn lắc đầu.

Hai người giằng co, không ai chịu nhường ai. Chỉ khổ cho chiếc ví già nua cà tàng của hắn, sau một hồi bị kéo qua kéo lại, nó không chịu nổi nên đứt toác làm đôi, giấy tờ và tiền thi nhau rơi xuống đất. San San nhìn thấy một tấm ảnh thẻ cỡ 4x6, cô nhặt nó lên và ngắm nghía với vẻ tò mò. Trong ảnh là một cô gái đang nhìn thẳng vào máy ảnh với ánh mắt kiên định. Cô gái đó có khuôn mặt ưa nhìn, mái tóc đen dài và rối giống Angelina Jolie trong phim *Salt*.

"Đây là ai vậy? Bạn gái của anh à?"

"Đã từng." Hắn giật lại tấm ảnh một cách thô bạo.

"Kể cho em nghe đi." San San nài nỉ bằng ngữ điệu háo hức như đứa trẻ chờ được kể chuyện cổ tích trước khi ngủ.

"Em sẽ phải đền bù chiếc ví cho anh đấy." Hắn lạnh lùng đứng dậy, bất chấp thái độ giận dỗi của cô.

◻

"Đôi lúc em cảm thấy mình như sắp nổ tung vậy." Nàng vừa nói vừa nhâm nhi những hạt trân châu còn sót lại trong cốc trà sữa. Họ đã đi bộ một quãng đường dài từ Phố Huế lên Bờ Hồ, lượn một vòng hồ rồi lại xuyên qua Tràng Tiền, trước khi ngồi bệt dưới bậc cầu thang nhà hát lớn, uống trà sữa và ngắm dòng xe cộ qua lại.

"Anh hiểu. Chúng ta đang phải sống như những cỗ máy công nghiệp. Đôi lúc anh cũng lo sợ liệu mình có gục ngã không." Hắn vỗ về nàng.

"Ý em không phải là về vấn đề sức lực. Em muốn nói về tinh thần cơ."

"Tinh thần của em bị cảm cúm à?"

"Ngày xưa, em chỉ biết học, học và học vì cho rằng đó là con đường duy nhất để thoát nghèo. Như kiểu một tấm vé thông hành, còn cuộc đời là một sân bay. Em xuất trình vé, thế là người ta cho em lên máy bay và cất cánh đến cuộc sống tốt đẹp hơn. Nhưng hóa ra em nhầm, ngay cả khi tốt nghiệp loại xuất sắc với tố chất thực sự, em vẫn có thể thất bại như thường." Nàng nói. "Đó là trong trường hợp mọi thứ đều ổn nhé, thực tế cuộc đời đâu đơn giản vậy."

"Em không nên bi quan như thế, bọn mình chỉ vừa mới ra khơi thôi mà."

"Lúc phải xa gia đình, em tưởng rằng mình sẽ nhớ họ đến phát khóc, nhưng hóa ra em chẳng thấy nhớ nhung gì cả. Em cảm thấy cuộc sống bị đảo lộn quá nhanh, như kiểu đến một hành tinh khác ý, em sợ sẽ có một lúc nào đó em chẳng còn thuộc về nơi nào cả... Chẳng có gì đáng sợ bằng tự nghi ngờ chính bản thân mình."

Hắn đặt cốc trà sữa sang một bên rồi ngồi xuống dưới một bậc cầu thang, đối diện với nàng.

"Nếu vậy, hãy nói với anh mỗi lần em thấy nghi ngờ chính mình, anh sẽ nói cho em vì sao anh chẳng bao giờ nghi ngờ tương lai tốt đẹp của chúng ta."

Hắn những muốn nói một điều gì đó khiến nàng an tâm hơn, nhưng chẳng nghĩ ra được gì cả. Hắn yêu nàng và thực sự muốn cùng nàng vượt qua mọi khó khăn trong đời, nhưng hắn bất lực trong việc hiểu nàng. Thôi thì cứ tặc lưỡi mà nghĩ rộng ra rằng: Mọi thứ cuối cùng đều sẽ tốt đẹp. Nếu nó không tốt đẹp thì đấy vẫn chưa phải cuối cùng.

Đêm đó, nàng cư xử khác thường, thậm chí nàng đã gần như cho phép hắn đi vào mình. Thường thì khi ngủ nàng vẫn mặc quần áo và hắn cứ việc cho tay vào bên trong mà sờ soạng, nhưng chỉ như vậy, không được tiến xa hơn. Nàng có thể thay đồ trước mặt hắn, nhưng không bao giờ để hai đứa cùng trần truồng bên cạnh nhau. Nàng hiểu rằng chỉ một phút mất kiểm soát là đủ để bao công sức giữ gìn đổ hết xuống con mương dẫn nước cạnh ngôi trường làng.

Hắn cũng nhận ra thái độ khác lạ đó, nhưng chỉ nghĩ đơn thuần là một giây phút nông nổi thoáng qua của cô gái mới lớn đêm nào cũng phải kiềm chế khi nằm cạnh một gã con trai. Thậm chí hắn còn cho rằng nàng đang ngày càng tin tưởng mình hơn, và cái khái niệm về "vợ chồng chay" bắt đầu lung lay. Hiển nhiên là hắn muốn được quan hệ với nàng đến chết đi được. Ngay từ đầu hắn đã xác định sẽ sống cùng nàng trọn đời. Làm tình với nàng không chỉ để thỏa mãn nhu cầu sinh lý, mà sẽ còn là một sự khẳng định chủ quyền, củng cố niềm tin cho hắn về một tương lai hạnh phúc.

Một buổi tối giữa tháng mười hai mưa lạnh buốt, hắn trở về phòng trọ như thường lệ và thấy nàng đang nằm quay đầu vào tường, run rẩy, cố gắng tự ôm thật chặt cơ thể mình.

"Em bị ốm à?" Hắn nhẹ nhàng đặt tay lên trán nàng, không nóng cũng chẳng lạnh.

Nàng đang khóc, những giọt nước mắt âm thầm bám lấy bàn tay hắn.

Suốt cả ngày sau đó, nàng hoặc nằm quay lưng vào tường, tự ôm lấy bản thân mình hoặc ngồi co người trong góc phòng, chẳng nói với hắn lời nào, chẳng ăn chẳng uống, mặc cho hắn van xin, nài nỉ.

Đúng vào cái lúc mà hắn nghĩ rằng cần phải gọi bác sĩ thì nàng đột nhiên bừng tỉnh như đã trải qua một cơn mê dài.

"Em không muốn sống thế này nữa!!!"

"Chuyện gì đã xảy ra với em vậy?" Chưa bao giờ hắn thấy nàng bị kích động đến thế.

"Chẳng có vấn đề gì với em hết, vấn đề là ở cái quá khứ, cái hiện tại và cái tương lai này, cái phòng trọ bẩn thỉu này, đống sách vở khốn kiếp này, cái ánh đèn tuýp tù mù này. Em không muốn sống nghèo khổ thế này thêm nữa. Em không muốn lãng phí cả tuổi trẻ của mình nữa. Em không muốn các con em sau này cũng như em, như bố mẹ em."

Nàng nấc nghẹn mấy lần, rồi lại nói tiếp.

"Anh nghĩ rằng em không muốn trao thân cho anh hay sao? Em cũng chỉ là một đứa con gái bình thường, cũng có những tò mò về thể xác. Em đâu phải khúc gỗ cành cây mà chịu đựng được mãi. Nhưng thậm chí chúng ta còn không đủ tiền mà mua bao cao su, đừng nói là một tương lai tốt đẹp."

"Em muốn thoát khỏi đây. Thoát khỏi cái phòng trọ bẩn thỉu ẩm thấp này, thoát khỏi nỗi ám ảnh về cái nghèo đã bám riết em cả cuộc đời. Dù ngó lại đằng sau hay nhìn về phía trước, em cũng chỉ thấy sự bế tắc tuyệt vọng... Chúng ta sẽ làm thế nào bây giờ?"

Hắn chỉ im lặng, đợi cho đến khi nàng không đủ hơi để nói nữa mới ôm chặt nàng vào lòng.

"Em đang bị kích động. Chỉ là một khoảng thời gian tồi tệ, một đoạn ổ gà chết tiệt trên con đường đẹp đẽ mà thôi. Hãy bình tĩnh lại, hít thật sâu và em sẽ khá hơn." Hắn thì thầm vào tai nàng.

"Em không thể khá hơn được, em biết mà." Nàng dụi đầu vào vai hắn, run lẩy bẩy như một con vịt con yếu đuối.

"Hãy suy nghĩ tích cực. Hãy nhắm mắt lại và tưởng tượng chúng ta của hai mươi năm nữa, cũng ngồi ôm nhau như thế này, trong một căn nhà khang trang, đúng nghĩa của một tổ ấm. Chúng ta sẽ ôn lại những năm tháng khốn khó xưa kia. Em sẽ thở phào vì ngày xưa đã không từ bỏ, nên chúng ta mới có ngày hôm nay. Con cái của chúng ta sẽ tự hào vì bố mẹ chúng đã nỗ lực đến nhường nào, để thế hệ của chúng không bao giờ phải đi trên con đường làng nghèo khổ, ở trong xóm trọ bẩn thỉu." Hắn chạm nhẹ trán mình vào trán nàng, như để gửi những viễn cảnh tốt đẹp từ đầu hắn sang đầu nàng.

"Anh có để ý rằng chúng mình thậm chí còn chưa từng có một bức ảnh chụp chung không?" Nàng hỏi.

"Sắp đến Giáng sinh rồi. Chẳng phải em từng nói muốn một lần được đi chơi đêm Giáng sinh sao? Anh sẽ xin nghỉ việc hôm đó, nếu người ta không cho thì anh sẽ nghỉ hẳn luôn.

Anh sẽ đưa em đến bất cứ nơi nào em thích, bọn mình sẽ chụp số ảnh mà nhét vào mười cuốn album cũng không đủ, được chứ?" Hắn dỗ dành nàng như một đứa trẻ.

"Em là người nghèo, em không cần Giáng sinh."

Nàng không cần Giáng sinh, và cũng chẳng muốn chụp ảnh với hắn. Đúng vào cái đêm thánh vô cùng năm đó, nàng bỏ đi, không báo trước, không để lại thư từ, chẳng mang theo cái gì, trừ hơi ấm và tình yêu.

□

Đêm Giáng sinh là khoảng thời gian ai cũng nhận ra mà không cần được thông báo. Đó là khi ba màu đỏ, xanh, vàng đã thực sự được quét lên từng viên gạch, từng gốc cây trong thành phố. Ông già Noel xuất hiện ở khắp mọi nơi. Tại một góc đường, hai mươi ông già đang chia nhau các gói quà trước khi lên xe máy phóng vù vù tới nơi những đứa trẻ đang chờ với hóa đơn của bố mẹ chúng. Một số bà già Noel mặc váy ngắn dưới cái lạnh mười độ để phát coupon giảm giá Lẩu băng chuyền. Bên trong phòng thay đồ của một quán café lớn sát nhà thờ, một gã con trai đang đứng trước gương, chỉnh lại bộ râu bằng bông trắng muốt được gắn với cằm của mình bởi băng dính.

Chưa bao giờ hắn tưởng tượng thân hình mình khi béo trông như thế nào. Hắn chỉ nặng có sáu mươi cân nhưng cao đến một mét bảy mươi lăm. Người ta đã phải nhồi cả một cái ruột gối vào bụng mới khiến hắn trông giống ông già Noel hơn một chút.

"Tôi biết là cậu rất hợp với bộ đồ ông già Noel mà." Cậu chủ Cu Long đã đứng sau lưng hắn từ lúc nào. Anh ta mặc bộ vest sang trọng và chuẩn mực đến từng sợi vải, trên cổ thoang thoảng mùi nước hoa không hắc cũng không nhạt.

Hắn liếc nhìn anh ta trong gương, thay vì quay đầu lại.

"Cậu có biết hồi nhỏ tôi thường xin ông già Noel cái gì không?" Long đứng tựa vai vào cửa, khoang hai tay trước ngực.

"Là gì vậy, sếp?" Trong lòng hắn tự hỏi có cái gì trên đời mà bố mẹ không mua cho anh ta được chứ.

"Một con thú bông."

Dù đã phủ kín mặt bởi râu và mũ của ông già Noel nhưng vẫn dễ dàng nhận ra cái nhíu mày khó hiểu từ hắn.

"Chắc cậu không biết nhưng tôi bị dị ứng với sợi bông. Vậy nên áo len, chăn bông, thú nuôi, thú bông là những thứ không được ở gần tôi quá một mét. Nói cho dễ hiểu là nếu bây giờ cậu chạy đến tặng tôi một cái ôm thắm thiết thì chắc chắn nơi tiếp theo tôi tỉnh dậy là bệnh viện."

Anh ta ngừng lại một chút, như để cho hắn theo kịp câu chuyện.

"Tôi ghen tỵ mỗi khi thấy những đứa trẻ khác ôm thú bông trong lòng. Rất khó diễn tả tâm trạng đó, như kiểu bị tàn phế về mặt tinh thần. Tôi không được trải nghiệm cảm giác mà người bình thường có được. Cậu sẽ bị hụt hẫng khi nhận ra rằng có những điều trong đời ta không thể đạt đến hay cảm nhận."

"Tôi hiểu, sếp ạ." Hắn trả lời.

"Cậu hiểu là được rồi." Long nhún vai. "Chẳng rõ tại sao tôi lại kể câu chuyện đó. Tôi quên khuấy lý do muốn gặp cậu. Thỉnh thoảng tôi lại nhớ trước quên sau vậy đó."

"Sếp cần gì ở tôi?"

"Năm sau cậu tốt nghiệp phải không?"

"Vâng."

"Cậu có muốn làm việc cho tôi không? Ý tôi không phải là cái quán café bé tẹo này. Tôi đang nói đến công ty của gia đình tôi."

Lần này thì sự ngạc nhiên của hắn không thể giấu đi đâu được.

"Tại sao lại là tôi?"

"Câu hỏi hay đấy. Tại sao đó hả?" Long ra vẻ trầm ngâm suy nghĩ. "Bình thường nếu nhận được lời đề nghị tương tự, câu đầu tiên người ta hỏi tôi là 'anh sẽ trả tôi bao nhiêu?' cơ."

"Tôi chọn cậu vì cậu chẳng bao giờ tham gia vào những cuộc nói xấu gia đình tôi. Cậu luôn làm tròn công việc của mình, không xao nhãng, không than văn một lời. Cậu dường như là một người có tham vọng rõ ràng và không bao giờ đi trật khỏi con đường mình đã vạch ra. Tôi thích những đức tính đó."

"Cứ suy nghĩ thoải mái. Cậu có thể trả lời tôi sau kỳ nghỉ Tết âm lịch." Anh ta nhún vai, đoạn quay lưng bước đi đầy kiêu hãnh, chẳng thèm ngó ngàng đến thái độ của hắn. Cằm của anh ta hếch lên, còn dáng đi oai vệ như thể vừa ban phát phép mầu cho cả một vương quốc và nói rằng "Không cần phải biết ơn ta, hỡi những kẻ khốn khổ vừa được ta cứu vớt".

Hắn không biết điều gì khiến mình suy nghĩ nhiều hơn, bệnh dị ứng với đồ bông hay là cơ hội thoát khỏi cái nghèo đầu tiên trong đời. Thì ra trong mắt người khác, hắn là kẻ tận tụy và được việc đến vậy. Những công việc chân tay mà hắn đã làm đó, những công việc vắt kiệt đến chút sức lực cuối cùng của hắn. Chẳng đời nào hắn nghĩ có người ghi nhận công sức của mình, hắn chỉ đơn thuần coi công việc làm thêm này là những bậc cầu thang khiến hắn mải miết bước, mải miết dò dẫm để tìm thấy ánh sáng trên miệng hố.

Khỉ thật, cảm giác này là sao nhỉ? Hắn bỗng vui vẻ thấy lạ. Chưa bao giờ tâm trạng hắn phấn chấn đến thế. Lần đầu tiên trong đời, số phận đã mỉm cười với hắn. Hắn cần tìm một ai đó để chia sẻ niềm vui này. Hắn nghĩ đến San San, người bạn duy nhất của hắn ở mảnh đất xa lạ. Chắc chắn cô sẽ nhảy cẫng lên và hú hét vì sung sướng, thậm chí còn phấn khích hơn cả hắn cho mà xem. Không cần phải đoán mò nữa, hắn liếc vội mình trong gương lần nữa để chắc chắn trang phục đã chỉnh tề, rồi nhanh chóng bước ra ngoài sảnh. Phải kiềm chế lắm hắn mới không nhún nhảy và huýt sáo theo giai điệu bài *Last Christmas* của Taylor Swift đang phát ra từ những chiếc loa gắn trên tường.

San San và toàn bộ các nhân viên đều đang tập trung tại sảnh chính. Cậu chủ Cu Long cũng ở đó, thân mật khoác tay một cô gái xinh đẹp. Cô vận chiếc áo măng tô cổ lông màu đen sang trọng, quần legging tôn đôi chân dài miên man được nâng niu trên đôi giày cao gót đắt tiền. Hắn còn chưa kịp nhìn rõ mặt cô gái đó thì San San đã vội xen vào cản tầm nhìn của hắn, xua tay ra hiệu đừng lại gần.

□

Nàng đã ra đi rồi. Hắn nhận ra điều đó ngay từ bậu cửa. Căn phòng vẫn như mọi ngày, tuyệt nhiên không một sự thay đổi. Vẫn là chiếc hộp xi măng mười hai mét vuông, lát nền bằng loại gạch rẻ tiền bốc mùi hôi của đất. Trên tường là vô số poster các ban nhạc mà người thuê trước để lại. Sách vở xếp từng chồng ngăn nắp không lệch một xen-ti-mét. Xoong nồi, bát đũa nằm câm lặng trên chạn sắt. Bếp gas du lịch ám bụi đen sì. Tủ quần áo đã chiến thủng lỗ chỗ vết chuột gặm. Chăn màn mỏng dính in hình hoa mai gấp gọn gàng. Quần áo lót của nàng vẫn nằm trên dây phơi, co quắp lại vì bột giặt kém chất lượng.

Nhưng hắn chẳng còn cảm giác gì của nàng trên những vật dụng quen thuộc này. Hơi ấm. Đó chính là thứ đã biến mất. Không phải khi hắn mở cửa, gió lùa vào cuốn đi hơi ấm, mà nó đã biến mất từ trước.

Hắn quay ra, khóa cửa lại rồi tựa đầu vào tường, cầu mong mình đang lạc trong một giấc mơ quái ác nào đó, hoặc hắn đã vào nhầm phòng, một căn phòng tình cờ lại được bày biện giống hệt nơi của nàng và hắn.

Hắn mở cửa, lại bước vào, vẫn là cảm giác câm lặng. Nàng đã ra đi thật rồi. Nàng sẽ không bao giờ quay trở lại nơi đây nữa. Nàng đã đứng tại bậu cửa này vào sáng nay, nhìn quanh một lượt căn phòng lần cuối trước khi khóa cửa. Nàng đi khỏi xóm trọ, đi khỏi con ngõ. Có lẽ nàng đã không ngoảnh lại lần nào.

Hắn ném món quà định sẽ tặng nàng – chiếc dây chuyền bạc hình trái tim, mua bằng cả tháng lương của hắn vào một góc nhà, rồi ngồi phịch xuống góc nhà đối diện một cách vô thức, đúng vị trí mà nàng đã bất động mấy hôm trước.

Nàng đã nghĩ gì trong khoảng thời gian đó? Những câu hỏi từ nơi tối tăm bỗng ập đến, đè nén từng dây thần kinh, từng mạch máu trong cơ thể hắn. Ánh đèn tuýp tù mù phát ra tiếng kêu như đàn ong địa ngục, lũ thạch sùng gọi bạn tình bằng những âm thanh tành tạch, những chiếc chân đầy lông lá của bọn gián chạm vào bát đĩa trên chạn, tiếng bọn gặm nhấm mở tiệc trong tủ quần áo. Hắn thấy lạnh và sợ. Nếu không phải vì cánh cửa sắt hoen gỉ vẫn tồn tại ở đó một cách hiển nhiên, chắc hắn đã nghĩ mình đang ở trong một hầm mộ. Một ngôi mộ quá to với kẻ tầm thường như hắn.

Hắn muốn đắp chăn cho đỡ lạnh, nhưng thậm chí hắn không thể nhấc nổi tấm chăn bông xẹp dúm. Thế là hắn vớ lấy con cá sấu bông Ma Bư của mình, ôm chặt nó trong lòng như kẻ sắp chết đuối bám vào chiếc phao cứu sinh cuối cùng. Bên ngoài căn phòng, người ta háo hức chờ đến giây phút Chúa Giáng sinh, bên trong này, hắn chờ đợi phút giây tận diệt.

◻

San San thầm nguyền rủa cái trí nhớ tồi tệ của mình. Những việc cần phải nhớ thì cô quên bẵng đi, trong khi những chuyện vô bổ thoáng qua thì lại in hằn lên vỏ não. Cụ thể là việc cậu chủ Long đã nói đi nói lại với cô rằng sẽ đưa vợ sắp cưới về ra mắt gia đình trong đêm Giáng sinh này. Họ sẽ ngồi bàn VIP trên gác, ăn gà quay, uống vang đỏ và bàn về tương lai của đôi bạn trẻ. Nhưng trước đó, anh ta cần một nhân viên đóng vai ông già Noel để chụp ảnh chung với nàng, nhằm thể hiện sự mến khách và chuyên nghiệp của các nhân viên, cũng là để cậu chủ có dịp chứng tỏ năng lực quản lý của mình. San San đã quên khuấy không kể cho hắn chuyện này. Trong khi đó, cô mới chỉ kịp nhìn tấm ảnh thẻ bé tí có một lần, lại còn trong cảnh tăm tối nửa đêm, ấy thế mà lại nhớ rất kỹ. Ngoài ra cô còn là kẻ lắm chuyện và tò mò nữa. Lẽ ra đêm qua, cô không nên nằng nặc đòi hắn phải kể lại câu chuyện tình cảm đã tan vỡ từ thuở xa lơ xa lắc đó. Lẽ ra cô phải tránh xa chuyện thiên hạ, nhắm mắt làm ngơ trước thói đời, giống như cả xã hội vô cảm này đang làm rất tốt. Lẽ ra bây giờ cô đã không bị kẹt giữa tình huống khó xử này. Cô có thể vờ như không nhận ra cô chủ tương lai của mình chính là cô gái trong tấm ảnh thẻ. Cô có thể vin vào cái cớ tấm ảnh đã cũ, cộng thêm thời điểm nửa đêm khiến đầu óc cô không tỉnh táo, và nhất là cô gái trong ảnh với cô gái đêm nay chẳng khác nào vịt bầu với thiên nga, không một chút liên quan, ngoại trừ đôi mắt. Nhưng cô đã nhận ra trước cả hắn, thậm chí còn ngầm cảnh báo cho hắn nữa. Giờ thì muộn rồi. Cô hiểu rằng mình là người duy nhất có thể xoa dịu hắn lúc này, hoặc chí ít cũng có thể làm một điều gì đó.

Ca làm việc đã kết thúc được nửa tiếng, nhưng hắn vẫn ngồi bất động trong xó bếp, bộ quần áo ông già Noel vo viên vứt trong giỏ đựng đồ giặt. Tiếng củi ướt nổ lép bép trong lò nướng gần đó, thỉnh thoảng lại bắn ra những tia lửa nhỏ như pháo hoa. Đôi khi hắn gục đầu vào hai đầu gối, có lúc hắn nhìm chằm chằm vào ô cửa kính đối diện. Ngoài trời mỗi lúc một lạnh, mọi người đang chúc tụng nhau trước khi trở về nhà.

"Anh không sao chứ?" San San lặp lại câu hỏi đến ba lần nhưng hắn không trả lời.

Cô dúi hộp quà tự gói khá vụng về vào bàn tay đang thả lỏng như đã chết của hắn.

"Quà của anh đây. Giáng sinh vui vẻ."

Đến lúc này hắn mới bắt đầu để ý tới sự xuất hiện của San San.

"Trong câu chuyện anh kể em nghe tối qua còn thiếu một đoạn. Anh không nhắc tới vì đó là bí mật của riêng anh, và lại nếu anh nói ra chắc em sẽ cho là nhảm nhí." Hắn cầm gói quà bằng cả hai tay, nửa muốn ngắm nghía, nửa muốn hờ hững.

"Em chưa bao giờ không tin anh điều gì cả." Cô đáp.

"Vậy em có muốn nghe không?" Hắn hỏi.

San San ngập ngừng một chút rồi mới gật đầu. Cô đã lún quá sâu vào câu chuyện này rồi, có thêm nữa cũng chẳng sao cả.

"Đêm Giáng sinh cách đây ba năm, cái đêm mà người yêu anh bỏ đi đó. Anh đã ngồi đúng vị trí mà cô ấy đã ngồi, cố gắng tìm hiểu xem chuyện gì đã xảy ra, ngọn sóng nào đã xô ngã hết lý trí và nghị lực của cô ấy. Anh đã ngồi giống như tư thế hiện giờ. Có lẽ đâu khoảng hai hoặc ba ngày." Hơi lạnh phả ra từ miệng hắn. Mặc dù rất muốn hút một điếu thuốc nhưng chẳng còn gì trong túi hắn lúc này.

"Ngày đầu tiên, chẳng có chuyện gì xảy ra. Anh chỉ đơn giản ngồi đó, thu hết các giác quan vào bên trong, cố gắng không tiếp nhận những gì môi trường bên ngoài đưa vào. Anh vẫn cảm nhận được hơi lạnh dưới sàn nhà và bức tường sau lưng, mùi ẩm mốc, tiếng chuột chạy lạo xạo trên chạn bát đĩa.

Nhưng bắt đầu từ ngày thứ hai, mọi thứ xung quanh anh mờ dần đi. Anh không còn nhận ra các giác quan của mình nữa. Hồn vía anh đã rời khỏi thể xác, bay vô định trên trần nhà. Từ trên đó, anh nhìn được cả căn phòng. Anh thấy mình ngồi thu lu trong xó nhà. Anh thấy những vật dụng thường ngày của anh. Tất cả đều bế tắc đến tột cùng, và được trói buộc vào nhau bởi một sợi dây vô hình. Nút thắt của chúng chính là anh."

Hắn ngừng lại một lúc, vuốt ve món quà của San San như một ngọn lửa ấm áp.

"Chính lúc đó anh nhận ra mình đã yếu hèn và kém cỏi đến nhường nào. Chẳng trách mà người yêu anh không tin vào anh. Bởi vì sẽ chẳng đời nào anh mang lại cho cô ấy cuộc sống tốt đẹp hơn. Mỗi lần anh vẽ ra cái viễn cảnh đó là anh đang lừa dối cô ấy và lừa dối chính mình."

Hắn duỗi thẳng hai chân để giải tỏa cơn nhức mỏi, rồi nhìn sang San San.

"Sau khi tỉnh dậy, anh đã chấp nhận chuyện cô ấy bỏ rơi anh. Cô ấy muốn mưu cầu hạnh phúc, nhưng không phải bằng con đường anh đang đi, cũng không phải cái đích anh muốn đưa cô ấy đến. Vậy nên cô ấy rẽ sang một con đường khác. Điều duy nhất anh có thể làm là chúc cô ấy may mắn, và tiếp tục con đường của mình."

San San bối rối tột độ. Cô không biết nên nói gì. Bộ não đầy ắp những lời hay ý đẹp trích dẫn từ các bộ phim Hollywood bỗng dưng trở nên kệch cỡm. Cô hổ thẹn nhận ra vốn sống của mình nghèo nàn quá, chưa trải nghiệm đủ để nói một câu cho ra đầu ra đũa, huống hồ đòi sáng tạo ra một câu chuyện xuyên suốt chín mươi phút với hàng tá nhân vật hỷ, nộ, ái, ố khác nhau.

Cuối cùng, cô quyết định không nói gì cả. Sự im lặng có lẽ là liều thuốc hữu hiệu nhất cho hắn lúc này. Cả bóng tối nữa.

"Sếp Long mời tất cả nhân viên đi ăn đêm. Dĩ nhiên là có cả phu nhân tương lai. Em sẽ nói là anh bị cảm lạnh, phải về trước. Anh cứ việc ngồi đó mà nhìn lại chính mình. Nhưng hy vọng sẽ chỉ một đêm thôi, không phải mất đến ba, bốn ngày. Nếu không thì lấy đâu ra chỗ cho đầu bếp làm việc." Cô cố gắng nghĩ ra một câu bông đùa, nhưng đúng như dự đoán, chẳng có chút tác dụng nào.

"Nhớ mở quà của em nhé."

San San bỏ đi. Mũi giày cao gót của cô giẫm lên các cọng rau và hành vương vãi dưới sàn nhà tạo thành một thứ âm thanh khô khốc. Chỉ còn mình hắn với bóng tối xiêu vẹo trong căn bếp bẩn thỉu, với ánh lửa bập bùng từ lò nướng và gói quà nhỏ bé yếu ớt trên tay.

Hắn mở gói quà với thái độ hờ hững. Một chiếc ví mới cứng, ngăn đựng ảnh là hình chụp chung của San San và hắn. Dưới đáy hộp quà là tấm ảnh nàng chụp với hắn lúc tối, trong hình dạng ông già Noel.

Đến giờ hắn vẫn nhớ y nguyên cái khoảnh khắc đó, cả hình ảnh, tiếng động lẫn mùi vị. Nàng xinh đẹp, lộng lẫy như một cô tiểu thư đài các. Cơ thể nàng toát ra vị oải hương nồng nhiệt như ngọn lửa ấm giữa đêm đông. Cách nàng cười, cách nàng nhìn người khác, chẳng còn một chút gì của cô gái nghèo khó xưa kia. Thế nhưng hắn vẫn nhận ra nàng, thậm chí đến cả San San cũng nhận ra dù mới chỉ xem ảnh. Tội nghiệp nàng, chắc hẳn nàng đã rất vất vả trong những năm tháng qua, để gột rửa con người cũ của mình, xóa sạch quá khứ, thậm chí quên đi mình là ai. Nhưng cho dù có dành cả cuộc đời để chạy trốn, nàng vẫn không bao giờ thoát khỏi bản thể của mình. Không phải bây giờ hắn mới nhận ra điều đó, mà khoảng thời gian lơ lửng trên trần nhà đã cảnh báo hắn như thế. Vậy nên hắn mới không chọn con đường giống nàng. Hắn vẫn đi con đường của hắn, dài đẳng đẳng và lạnh lẽo, nhưng được là chính mình.

Nàng đã khoác tay hắn. Chính xác là nàng khoác tay ông già Noel. Nàng cười tươi rạng rỡ, tiếng máy ảnh lấy ngay Polaroid đánh tách, chớp flash lóe sáng. Thật may mắn cho hắn khi không ai nhận ra cảm xúc thực sự ẩn sau bộ râu to đùng. Từ lúc đó cho đến khi quán đóng cửa, hắn đứng yên một chỗ, thậm chí không chớp mắt. Hắn vô cảm còn hơn cả cây thông Noel bên cạnh.

Hắn ngắm nghía mãi không dứt tấm ảnh đầu tiên của nàng và hắn. Vậy là cuối cùng họ cũng đã có một tấm ảnh chung. Hắn vuốt ve khuôn mặt nàng bằng những ngón tay đã tái đi vì lạnh và hồi hộp. Hắn vẫn nhớ rõ từng phần da thịt nàng, sự vụng về của đôi môi, cơ thể nhỏ bé run rẩy mỗi khi nằm trọn trong vòng tay hắn. Tình yêu của hắn dành cho nàng không hề thay đổi sau từng đấy năm trời, ngay cả khi nàng đã bỏ rơi hắn với lũ chuột bọ.

Không được!

Nếu hắn còn lởn vởn trước mặt nàng, sớm muộn gì mọi người cũng sẽ biết. Quá khứ mà nàng cố công chôn vùi sẽ bị lộ tẩy, con người mới của nàng sẽ sụp đổ. Cứ coi như nàng vẫn đủ bản lĩnh để giả vờ không quen biết hắn, nhưng Cu Long sẽ nhận ra. Trừ khi hắn muốn trả thù, hoặc nàng không bao giờ được biết đến sự tồn tại của hắn ở đây.

Hắn bật dậy, không một chút do dự ném tấm ảnh vào bếp lò đang cháy bừng bừng. Lửa nuốt lấy từng phần cơ thể của họ, biến tất cả thành một nắm tro tàn đen đúa. Hắn rời khỏi quán bằng cửa sau. Quên cái cơ hội được có một công việc tử tế vừa mới nắm lấy, quên cái bệnh dị ứng sợi bông quái đản, quên bữa tiệc Giáng sinh không dành cho mình đi. Hắn phải rời khỏi đây, càng nhanh càng tốt.

Tiếng gió gào rú trong làn sương muối mờ ảo khiến hắn tối tăm mặt mũi còn chiếc xe Dream cũ rích khốn khổ thì loạng choạng chực muốn đổ nhào ra. Nhưng hắn không đi chậm lại. Hắn phải trở về căn phòng trọ, đốt tấm ảnh thẻ của nàng, đốt từng chiếc áo, từng chiếc quần lót, từng cuốn sách, cuốn vở của nàng trong chiếc chậu nhôm mà bà chủ nhà vẫn dùng để hóa vàng mã. Hắn đã từng hứa sẽ chăm lo cho nàng cả đời, và hắn sẽ giữ lời.

Hai mươi tư

Tôi miết hai ngón tay dọc theo cơ thể nàng để thăm thú
những vùng đồi cát mềm mại miền nhiệt đới, đi bộ
qua các đồng cỏ suôn mượt có hàng trăm con cừu đang
say ngủ, thám hiểm cả những vùng đất cấm chưa từng
có dấu vết con người. Làn da nàng dịu mát như con
suối mơ màng, mái tóc nàng tỏa hương thơm của ngàn
đóa hoa loa kèn, khiến đầu óc tôi như muốn vỡ vụn.
Một tòa thiên nhiên hoàn hảo và trong lành như buổi
bình minh ở xứ Shire.

NÀNG NHẤT QUYẾT YÊU CẦU TÔI PHẢI KỂ VỀ TRẢI NGHIỆM khi bước sang tuổi hai mươi tư.

"Chỉ còn mười sáu phút nữa thôi mà". Tôi nhìn lên chiếc đồng hồ treo tường để canh giờ.

"Em muốn nghe từ chính miệng anh." Nàng đề nghị một cách quyết đoán, như một giáo viên kiểm tra miệng học trò.

Suốt từ đầu năm đến giờ thời tiết cứ ẩm ướt suốt. Chăn màn, quần áo phơi đến ba ngày vẫn ẩm. Đường phố lúc nào cũng được rải một lớp hơi ẩm của mưa trái mùa. Cửa kính mờ mờ, ảo ảo. Ở trong nhà mà tôi có cảm giác như đang trong một cái máy giặt với hàng tá quần áo vừa xong công đoạn vắt, mùi xà phòng và hơi nước xộc thẳng vào không khí.

Chúng tôi ngồi uống trà trước cửa ban công, trên bộ bàn ghế bằng mây tre nhỏ bé, cũ kỹ, thấp lè tè. Ban công rất nhỏ, chỉ đủ đặt vài ba chậu cây với giàn phơi quần áo bằng inox. Thành thử mỗi lần muốn ngắm phố xá, chúng tôi phải dời cái giàn vào bên trong. Cảnh quan cũng chẳng có gì đáng để thưởng ngoạn, chỉ có một đường ray xe lửa bắt đầu từ chân trời bên này, ghé qua đây rồi lại kéo dài sang đường chân trời bên kia. Cứ khoảng nửa tiếng lại có một chuyến tàu đi qua, tiếng còi hú inh tai nhức óc và sàn nhà run lên bần bật.

"Thế này nhé", tôi bắt đầu bằng giọng nói ở mức vừa phải, để nàng phải ngồi sát lại gần. "Tuổi hai mươi tư có thể gọi là một trong những cột mốc quan trọng của cuộc đời. Trước đó, em sẽ nói rằng tôi mới chỉ hai mươi ba, nhưng giờ thì em sẽ hốt hoảng thốt lên: Trời ơi tôi đã hai mươi tư rồi ư?

Lúc này em đang kẹt giữa ranh giới khờ dại và trưởng thành. Em nghi ngờ hết thảy mọi thứ xung quanh và thậm chí cả bản thân em. Em đứng trước sân ga, nhìn vào bảng lịch trình tàu chạy nhưng không biết nên chọn chuyến tàu nào. Nếu em chọn sai chuyến, em sẽ không bao giờ có thể quay lại, cũng không thể đến nhà ga *Trưởng thành*. Em sẽ bị bỏ lại giữa cánh đồng không mông quạnh, giữa đêm xấu trời không trăng sao, chẳng có lấy một ánh đèn, chẳng biết đi đâu và về đâu, cứ quẩn quanh mãi vậy thôi."

"Em tưởng rằng chỉ có những người không chịu khôn lớn, hóa ra có cả những trường hợp không xác định." Nàng hoài nghi.

"Em còn nhớ tuổi dậy thì của mình không? Nó là một giai đoạn biến chuyển về tâm, sinh lý và cơ thể. Trước đó, em là cô bé ngoan. Nhưng giờ thì ôi thôi, em mọc đầy mụn, giận dỗi vô cớ và cãi lại người lớn. Tuy nhiên, điều đó chứng tỏ em đã phát triển bình thường. Nhiều trường hợp không được dậy thì, họ cứ còi cọc mãi, giọng không vỡ được, ngực không to lên, chẳng bao giờ sinh sản. Tương tự, tuổi hai mươi tư lại là một cuộc cách mạng về quan niệm sống. Có những người trở nên tốt hơn, có những người trở thành bi quan, và có những người hóa vô cảm." Tôi giải thích thêm.

"Nhưng em không còn người thân nào để mà đánh giá giúp. Em trải qua tuổi dậy thì một mình."

"Anh... anh xin lỗi." Tôi bối rối vì nói hớ. "Anh đang đi theo chiều hướng ước lệ thôi."

"Như anh đã nói, thưa ngài-hành-khách-của-con-tàu-trưởng-thành, làm thế nào để chọn đúng chuyến tàu của mình?" Nàng vừa hỏi vừa lắc những cục đá trong cốc.

"Tùy thuộc vào thái độ của em. Ai trong chúng ta cũng phải va vấp mới khôn lớn được. Nếu em suy nghĩ tích cực em sẽ rút ra bài học, nếu em đi theo chiều hướng tiêu cực, nó sẽ dìm em chết đuối trong suối nguồn bi quan." Tôi uống nốt chỗ trà đá còn lại trong ly của mình.

"Thú thực là em vẫn chưa hiểu gì hết. Đúng là chẳng hy vọng gì ở một con bé bán thuốc lá, phải vậy không?" Nàng đưa tay ôm trán, ra điều thất vọng thay cho tôi.

"Bởi vậy nên anh mới giải thích hàng tỷ lần, và cũng từng đó lần anh đã nói nên chờ tới sinh nhật của em. Có khi em lại ngộ ra những điều khác xa với anh thì sao?" Tôi nhún vai, ngả lưng ra đằng sau ghế.

Câu chuyện tạm dừng khi chuyến tàu nửa đêm đi qua, chúng tôi im lặng nhìn con rắn sắt khổng lồ màu xanh với đôi mắt sáng rực trườn dọc đường ray. Tôi tự hỏi bằng cách nào mà nàng sống sót với những âm thanh này?

"Đó là chuyến tàu cuối cùng của ngày hôm nay." Nàng thông báo, sau khi tiếng còi tàu đã hoàn toàn chết trong màn đêm đen kịt ngoài kia.

"Em đi dọn bàn ăn, anh khóa cửa ban công giúp em nhé!"

Trong lúc nàng vào bếp chuẩn bị dao nĩa, tôi cất mấy chậu cây cảnh ở một góc nhà. Trước khi đóng cửa, tôi nhìn xuống đường một lần nữa. Dù đã sắp sang ngày mới nhưng phố xá vẫn rất nhộn nhịp bởi các hàng quán về đêm. Những nồi nước lèo bốc khói nghi ngút hòa lẫn tiếng gọi nhau í ới của bọn thanh niên choai choai đi chơi về khuya, tiếng cãi nhau của dân giang hồ tụ tập chè chén. Khi nhìn cảnh tượng này, tôi luôn liên tưởng đến thế giới sau ngày tận diệt, với những con người sống sót giữa các dãy nhà đổ nát, ăn rác thải và cấu xé lẫn nhau. Lại một lần nữa, tôi không thể hiểu nổi vì sao nàng có thể sống một thân một mình trong khu vực nguy hiểm và tạp phí lù như vậy.

Thực ra còn rất nhiều điều ở nàng mà tôi không hiểu, nhưng chẳng bao giờ dám đào sâu hơn. Có thể ánh mắt lạnh như băng của nàng đã thay lời cảnh báo đừng có nhiều chuyện, kẻo nàng sẽ đá đít tôi ra khỏi cửa, hoặc tệ hơn là xếp tôi chung hàng ngũ với lũ đàn ông tọc mạch khác. Tuy nhiên, lý do chính yếu theo tôi đoán, có lẽ bắt nguồn từ chính tôi, kẻ bị quyến rũ bởi sự bí ẩn lạ thường ở nàng. Một kiểu giấu mình khéo léo trong những cơn mộng mị triền miên từ ngày này qua tháng khác, trong những cảnh vật tăm tối, vô hình vô sắc.

Nói về sự khó hiểu ở nàng, chắc có viết kín các bức tường trong căn hộ chật chội này cũng không đủ. Ví dụ như vì sao một người tốt nghiệp đại học Ngoại thương loại xuất sắc như nàng lại chấp nhận làm *Promotion girl* bán thuốc lá ở các quán bar, một công việc vừa nặng nhọc vừa nguy hiểm, lại dễ bị xã hội đánh giá. Nàng nói mình bị ám ảnh bởi ông giám đốc yêu râu xanh ở công ty mà nàng thực tập hồi còn học năm thứ tư, kẻ đã khiến nàng vĩnh viễn sợ hãi công việc văn phòng. Tôi từng sử dụng tư cách báo chí đến gặp ông già đó cách đây ít lâu, quả đúng là ông ta vẫn chưa thể ngồi được trên những chiếc ghế cứng. Tôi tạm tin rằng nàng đã chọc cây gậy đánh gôn vào sâu bên trong hậu môn của lão, hơi quá đà với một hình thức tự vệ khi bị sàm sỡ. Nhưng vẫn còn rất nhiều công việc khá khẩm và đúng chuyên ngành khác mà nàng có thể chọn. Ngoài ra, thật khó lý giải cho việc nàng đổi căn nhà ba tầng khang trang cho gia đình người chú ruột để đến sống một mình trong căn nhà tập thể tối tàn, giữa những người hàng xóm thô lỗ, đầy rẫy tệ nạn, và đặc biệt là ô nhiễm tiếng ồn suốt hai mươi tư giờ trên bảy ngày.

Nàng nói rằng nàng thích thế.

Ngay khi tôi hoàn thành việc kiểm tra các lỗ khóa và chắn cửa ban công bằng một chiếc ghế gấp, cũng là lúc nàng bày biện xong dao và nĩa lên mặt bàn. Chiếc bánh sinh nhật được phủ bởi chocolate, trang trí bằng kẹo bông và quả cherry mà tôi mua lúc tối đang nằm oai vệ giữa bàn như tổng thống Arnold Schwarzenegger, xung quanh là sáu mật vụ bia lon ướt sũng mát lạnh.

Nàng chăm chú quan sát tôi cắm hai mươi tư cây nến lên mặt bánh.

"Đã mười một năm rồi em mới lại được ăn bánh sinh nhật."

Khi các cây nến đã yên vị với ngọn lửa của chúng, tôi tắt hết đèn. Ánh lửa lập lòe phết những luồng sáng yếu ớt vào không khí, in bóng chúng tôi lên tường và trần nhà. Thời thơ ấu, những ngọn nến luôn mang tới cho tôi những phép màu kỳ ảo. Nhưng khi tôi lớn lên, nó khiến tôi thấy buồn một nỗi le lói.

Nàng nhắm mắt, ước một điều gì đó, rồi thổi tắt nến trong khi tôi chụp vài bức ảnh. Sau đó, tôi bật đèn lên và chúng tôi cắt bánh ăn. Tất cả những việc đó diễn ra trong im lặng.

"Em đã ước gì vậy?" Tôi lên tiếng.

"Mong rằng tận thế sẽ đến nhanh lên. Em sẽ không phải đi bán thuốc lá nữa, còn anh không bị bắt phải trải qua những bữa tiệc tẻ nhạt như thế này nữa." Nàng nở nụ cười nửa miệng đầy khiêu khích.

"Tuyệt." Tôi nhún vai rồi mở hai lon bia, đưa cho nàng một lon.

"Chúc mừng sinh nhật." Chúng tôi cụng lon rồi uống một hơi dài.

"Nào," nàng quệt mu bàn tay lên mép để lau một dải bọt, "chúng ta đã khóa cửa thật chặt, đã ước và thổi nến, đã cắt bánh, đã uống bia, nhưng vì chưa đến mười hai giờ nên em nghĩ rằng chúng ta sẽ làm rõ một số vấn đề khác trước khi bước vào bữa tiệc thực sự."

Tôi ngước nhìn chiếc đồng hồ hiệu Gimiko cổ lỗ sĩ trên tường, còn ba phút mười tám giây nữa mới đến nửa đêm.

"Vậy thì anh nghĩ em nên nhanh chân lên, cô bé lọ lem sắp phải đi rồi." Tôi mở tiếp một lon bia khác.

Nàng đặt lon bia của mình xuống, chống khuỷu tay lên mặt bàn, các ngón tay đan vào nhau, lưng thẳng và đôi mắt xoáy sâu vào tôi như thể kiếm tìm một lỗ hổng đi xuyên lên não.

"Anh biết em đang hồi hộp lắm, nhưng không đến mức phải khiến anh bối rối theo như vậy. Bọn mình cứ như John Travolta và Uma Thurman trong phim *Pulp fiction* vậy." Tôi uống một hớp bia nữa, cố tỏ ra bình tĩnh hơn, kỳ thực tôi chỉ muốn tránh ánh mắt nàng và trải qua chuyện này cho xong.

"Em chưa xem phim đó. Nó như thế nào?" Nàng hơi duỗi vai xuống và ngả người về phía sau. Điều này khiến tôi thấy dễ chịu đi chút ít.

"Trong phim đó John đóng vai một tên xã hội đen nhận nhiệm vụ đưa vợ của ông trùm đi chơi trong lúc ông ta vắng nhà. Họ đến ăn tối tại một nhà hàng kiểu cách thập niên bảy mươi với các nhân viên phục vụ ăn mặc như Elvis Presley và Marilyn Monroe. Uma Thurman ngồi đối diện với John Travolta y hệt như chúng ta đang ngồi đây, và cái cách em đang nhìn anh khiến anh liên tưởng đến cách cô ta nhìn John." Tôi giải thích.

"Họ có ngủ với nhau không?" Nàng dựa hẳn lưng vào ghế, đan hai tay đằng sau gáy khiến chiếc áo hai dây bị co lên, xiết chặt bộ ngực đầy đặn tươi mới, chưa từng có dấu tay đàn ông.

"Uma cố gắng quyến rũ John, nhưng anh ta đã kiềm chế được. Ông chủ sẽ giết anh ta nếu dám làm chuyện to gan đó." Tôi gõ nhẹ lên miệng lon bia rỗng giai điệu một bài hát mà tôi nhất thời quên tên.

"Vậy thì đâu có giống anh. Thử nêu ra một lý do ngăn cản anh ngủ với em đêm nay xem nào. Không có, phải không?" Nàng ngáp một cái rất tự nhiên, chẳng thèm lấy tay che miệng.

Tôi định phản bác nhưng rồi kịp ngậm miệng lại trước khi nó mở ra.

"Em nghe nói lần đầu tiên của con gái sẽ rất đau đớn?"

Tôi mở tiếp lon bia thứ ba, uống hai ngụm liền trong lúc tìm một câu trả lời hoàn hảo, đáp ứng đủ yếu tố không tránh né cũng không gây phản cảm. Bạn có thể nhún vai mà nói rằng: "Có sao đâu, hãy nói những gì mà nàng thấy hài lòng. Phụ nữ vốn nhẹ dạ và dễ lừa phỉnh mà." Nếu chỉ đơn giản như vậy thì tôi đã chẳng phải căng thẳng đến thế. Như đã nói, cô gái này rất khác biệt so với những người tôi đã từng gặp. Thường thì tôi sẽ kể cho họ một câu chuyện mà đến chín mươi phần trăm là không có thật, hoặc phải thề non hẹn biển về một viễn cảnh lâu dài với tình yêu và hạnh phúc, để đạt được mục đích sau cùng là đưa họ lên giường. Nhưng cô gái đang ngồi đối diện với tôi đây, cô gái mà trong chưa đầy hai phút nữa sẽ bước sang tuổi hai mươi tư, mọi quy tắc và chuẩn mực thông thường đều trở nên vô giá trị. Mọi lời ngọt ngào, những câu chuyện thú vị, quà cáp, hoa, sự quan tâm chăm sóc tận tình... tất cả đều vô nghĩa với nàng. Nàng chỉ đòi hỏi ở tôi một điều duy nhất: Sự thành thật.

Vâng, sự thành thật. Một món trang sức quá xa xỉ giữa thời đại mà dối trá được tôn vinh như những bản năng sinh tồn thiết yếu. Các tầng lớp trong xã hội đang rót vào tai nhau những âm thanh nhiễu nhương như tiếng ruồi bu trên phế thải, như mỏ của loài kền kền mổ vào xác thối. Giữa một thế giới đã bị nuốt chửng bởi cỏ dại, sự thành thật chẳng khác nào cánh hoa bồ công anh bay vô định trong gió bão.

"Thế nào? Trả lời em đi chứ?" Nàng rung tiếng chuông gọi tôi trở lại mặt đất.

"Em biết cái bàn chải đánh răng rồi chứ?"

"Là cái gì thế? Có ăn được không?" Nàng bật lại câu hỏi ngớ ngẩn của tôi.

"Thôi được rồi. Hãy tưởng tượng quan hệ tình dục cũng giống như đánh răng vậy. Bàn chải mới thường rất cứng, lần sử dụng đầu tiên sẽ gây cảm giác khó chịu ở lợi, đôi khi còn làm chảy máu chân răng nữa." Tôi cố gắng giải thích một cách tế nhị nhất có thể.

"Anh đang khoe 'cái đó' của mình cũng cứng như bàn chải đánh răng đấy à?" Nàng cười nhếch mép.

"Vấn đề đấy em sẽ biết ngay bây giờ thôi." Tôi nháy mắt đáp trả.

"Cái đó của anh chỉ bằng được một nửa các đấu sĩ trong phim *Spactacus* là em cũng mãn nguyện rồi." Nàng thở dài. "Lần đầu tiên và duy nhất em nhìn thấy cái đó của đàn ông là khi xem bộ phim đấy. Em xấu hổ đến mức vơ vội một cái áo bên cạnh để che mặt, nhưng chẳng hiểu xui xẻo thế nào mà vớ ngay phải cái quần xi-líp vừa thay ra."

Tôi đã cố gắng để không phì cười, nhưng rồi cả nước bọt lẫn bia vẫn phun khắp nơi. Nàng không giấu sự hả hê vì đã khiến tôi bị sặc. Đợi cho tôi lau sạch những chỗ bị ướt trên cổ áo, nàng hỏi tiếp:

"Anh có mang theo bao cao su không đấy?"

"Đã mua trên đường đến đây rồi, thưa cô nương. *Safety first.*"

"Trước khi mua bánh hả? Tất nhiên là chẳng ai bước vào hiệu thuốc với một hộp bánh sinh nhật." Nàng nhún vai.

"Tại sao không?" Tôi nhíu mày.

"Bởi vì dược sĩ sẽ hỏi: Muốn loại có vị giống cái *bánh Mỹ* của cậu, hay thế nào?"

Lần này cả hai chúng tôi cùng phá lên cười.

Vừa lúc đó chiếc đồng hồ già nua vang lên ba tiếng chuông báo hiệu ngày mới. Trong không gian ẩm ướt đêm tháng ba, sự dao động của con lắc át đi tiếng cười yếu ớt của chúng tôi lẫn tiếng la hét phía dưới đường, nơi một vụ xô xát vừa mới bắt đầu.

"Ok, chúng ta hãy làm rõ vấn đề lần cuối nhé." Nàng trở lại tư thế nghiêm túc.

"Em không cần sự lãng mạn sến chảy nước theo kiểu thắp nến với rượu vang, những lời ngọt ngào rót vào tai hay những thứ chết tiệt khác. Mấy trò đó dành cho bọn con gái hoang tưởng thích đọc truyện ngôn tình rẻ tiền của Tàu khựa thì hợp hơn. Em chỉ muốn anh đối xử với em nhẹ nhàng hết mức có thể, tôn trọng em trong toàn bộ khả năng cho phép, không vội vàng, không thô bạo, không cào cấu, không cắn, không cố nhét cái gì đó vào miệng em. Em không muốn lần đầu tiên của mình lại trở thành một cơn ác mộng ám ảnh cả đời. Anh làm được chứ?"

Tôi nhìn thẳng vào mắt nàng và khẽ gật đầu.

◻

Đèn lại tắt, nhưng lần này không có phép màu của nến sinh nhật. Căn phòng nhỏ giờ đã chìm trong bóng đêm ẩm ướt. Tôi vẫn nhìn được những mảng sáng tối yếu ớt nhờ các ốc đảo ánh sáng, được tạo ra do đèn cao áp ngoài đường thả từng tia le lói qua các khe hở của cửa số. Nàng nằm sấp trên giường, vờ như đã ngủ, nhưng cơ thể lại run rẩy như một đứa trẻ sợ hãi bóng đêm. Mái tóc nàng xõa xuống che hết cổ và gáy, một tay kẹp dưới gối, tay kia buông thõng song song với cơ thể. Tôi quỳ bên cạnh, lặng lẽ ngắm nhìn những đường cong chạy dọc từ cổ đến gót chân nàng. Ánh sáng mờ ảo của đèn đường hòa trộn một cách cẩu thả với bóng đêm tạo thành một bức tranh buồn thảm, nhưng lại là kẻ đồng lõa cho ham muốn nhục dục trong tôi.

Một tiếng nổ khô khốc vang lên, đanh gọn và quyết đoán như lưỡi dao xé rách không khí. Tiếng la hét, tiếng đổ vỡ, tiếng bước chân chạy thục mạng trên nền bê tông, tiếng người í ới gọi cảnh sát và xe cấp cứu. Nàng vẫn nằm im không cử động, có lẽ vì đã quá quen với những âm thanh này. Nàng tin tưởng tuyệt đối vào những bức tường của ngôi nhà sẽ giữ gìn sự riêng tư và bảo vệ tính mạng cho nàng. Mặc cho thế giới ngoài kia ra sao thì ra, nhưng ở đằng sau những bức tường này, chúng tôi vẫn đắm chìm trong cảm xúc của riêng mình một cách trần trụi và không thể bị xâm phạm.

Tôi miết hai ngón tay dọc theo cơ thể nàng để thăm thú những vùng đồi cát mềm mại miền nhiệt đới, đi bộ qua các đồng cỏ suôn mượt có hàng trăm con cừu đang say ngủ, thám hiểm cả những vùng đất cấm chưa từng có dấu vết con người. Làn da nàng dịu mát như con suối mơ màng, mái tóc nàng tỏa hương thơm của ngàn đóa hoa loa kèn, khiến đầu óc tôi như muốn vỡ vụn. Một tòa thiên nhiên hoàn hảo và trong lành như buổi bình minh ở xứ Shire. Vậy mà trước đây tôi chưa hề cảm nhận được những điều này ở các cô gái khác. Lẽ nào vì sự trong lành tuyệt đối của cơ thể nàng? Hay bởi sự đối ngược giữa không gian nồng nhiệt một cách lặng lẽ bên trong căn phòng này và âm thanh ồn ã đáng sợ ngoài kia đã vô tình làm cho các giác quan của tôi nhạy cảm hơn?

Trong cơn lạc lối giữa hàng ngàn câu hỏi của đêm đen, một vật gì đó cất tiếng gọi bên ngoài khe hở cửa sổ khiến tôi phải rời mắt khỏi khung cảnh tuyệt đẹp nơi xứ Shire. Một cánh hoa bồ công anh nhỏ bé đang đắn đo nửa muốn ghé vào thăm, nửa chỉ dám nép mình sau những khe gỗ. Cánh hoa đó chắc hẳn đã trôi dạt trên bầu trời rất lâu, chống chọi lại các cơn gió dữ dội, cố gắng để không rơi xuống biển đêm đen ngòm hay những thảm cỏ dại chết chóc. Tôi nhìn trân trối vào nó trong khoảng năm phút, mãi cho đến khi xe cứu thương rời khỏi đây, chỉ còn tiếng những người chủ quát tháo nhân viên nhanh tay thu dọn hàng quán trước khi cảnh sát đến.

Thật khó đoán chắc cánh hoa đó có tồn tại hay không. Nó không di chuyển theo cách đi từ điểm A đến điểm B, mà theo kiểu gập hai đầu tờ giấy lại để hai điểm chạm vào nhau. Mới lúc trước nó còn ở khe cửa sổ thứ hai từ trái sang, thì sau một cái chớp mắt đã chuyển sang khe thứ tư phía bên phải.

"Anh không thể làm được." Tôi nằm xuống bên cạnh, thở một tiếng dài hàng thế kỷ rồi xoa nhẹ lòng bàn tay lên lưng nàng.

Một phút yên lặng trôi qua, nàng chậm rãi xoay người đối diện với tôi. Nàng xoa đầu tôi bằng những ngón tay búp măng mát lạnh.

"Tại sao? Vụ lộn xộn dưới kia làm anh mất hứng rồi à?"

"Bỏ qua việc em nhận xét một vụ bắn giết náo loạn cả khu phố là 'lộn xộn', thì anh đang phải đối mặt với vấn đề còn nghiêm trọng hơn thế nữa." Tôi thì thầm.

"Cơ thể em không đủ hấp dẫn anh?" Nàng cũng thì thầm, kiểu thì thầm bắt chước từ các cuộc đối thoại trong phim Hollywood.

"Không hề. Sự hấp dẫn của em đã vượt qua cả trí tưởng tượng phong phú nhất của anh rồi. Chỉ là anh có một cảm xúc rất khó diễn tả. Anh chưa từng trải qua trước đây nên cũng không thể nói chính xác nó là gì."

"Nó bắt đầu từ khi nào?"

"Có lẽ ngay sau cú điện thoại lúc chiều của em, nói rằng em muốn ngủ với anh đêm nay."

"Vậy thì anh phải tìm sự khác biệt trong suy nghĩ trước và sau cú điện thoại đó."

"Ừm. Trước đó thực sự anh chỉ nghĩ đến chuyện được quan hệ với em..." Tôi rụt rè tiết lộ.

"Đúng như em đã tiên đoán. Cảm ơn anh đã không khiến em thất vọng." Nàng thở dài.

"Nhưng sau khi em nói muốn ngủ với anh, chính bản thân anh lại không còn tha thiết nữa."

Tôi xoay người, nằm ngửa mặt lên trần nhà. Vài luồng sáng hình thang rạch những nhát nham nhở lên chiếc quạt trần phủ đầy bụi. Một chiếc xe chạy xuyên qua các luồng sáng, kéo dãn chúng như người ta kéo dây cao su, trước khi trở về trạng thái ban đầu. Nàng gối đầu lên một cánh tay của tôi, vân vê từng ngón tay lên bụng tôi một cách vô thức. Hai chiếc tổ ong căng tràn mật ngọt của nàng chạm vào mạng sườn tôi.

"Này, Travolta. Anh có muốn nghe câu chuyện của em không?" Nàng hỏi bằng giọng rụt rè, nửa muốn, nửa không.

"Em đã từng có một gia đình hạnh phúc và một cuộc sống bình thường như bao đứa trẻ khác. Bố em là một công chức nhà nước, mẹ là giáo viên. Em có một đứa em trai kém mình ba tuổi. Chúng em sống trong ngôi nhà ba tầng mà đã từng có lần em chỉ cho anh. Căn nhà hồi đấy sạch sẽ hơn, nhiều cây cối hơn, và tường được sơn màu trắng. Ba bố con hay chơi đá bóng trên khoảng sân rộng lát bê tông trước nhà vào mỗi buổi chiều, cho đến khi mẹ nấu xong bữa cơm tối.

Mẹ em nấu ăn ngon cực kỳ. Đến nỗi mà tận bây giờ em vẫn cảm nhận rõ mùi thơm của hành, vị ngọt của nước dùng, màu sắc đẹp đến chảy nước miếng trong mỗi miếng thịt kho tàu. Bà là người dịu dàng, thông minh và tận tâm với nghề. Bà thường thức rất khuya để chấm bài hoặc soạn giáo án. Mẹ đeo một chiếc kính dày cộm. Thỉnh thoảng em nghịch ngợm co chân với lấy nó từ trên tủ sách và đeo vào, bắt chước một bà giáo già khó tính đang giảng bài. Mỗi lần như vậy, mẹ lại gõ đầu yêu và nói rằng: 'Còn sớm quá, cô giáo nhỏ ạ.'

Bố em là người đàn ông vui tính nhất trên đời. Ông khỏe mạnh, cao lớn và đẹp trai như Sean Connery. Công việc của ông có vẻ vất vả, vì thỉnh thoảng ông trở về nhà với gương mặt mệt mỏi. Tuy vậy, bố chưa bao giờ to tiếng hay phớt lờ các con. Trong trí nhớ của em, đêm nào ông cũng đọc truyện cổ tích cho chúng em nghe trước khi ngủ. Đôi lần em giả bộ ngủ quên để bố được về phòng nghỉ ngơi. Nhưng ông vẫn ngồi đó, trong bóng đêm, xoa nhẹ đầu em và nhìn em bằng đôi mắt dịu dàng nhất mà một người cha có thể có.

Em trai em là đứa nhút nhát, hay khóc nhè, nhưng vẽ rất đẹp. Em tin rằng khi lớn lên nó sẽ trở thành họa sĩ truyện tranh hoặc một cái gì tương tự thế. Nó đáng ghét lắm, cái gì cũng tranh giành với em. Vậy mà hai chị em rời nhau một ngày thôi đã thấy nhớ.

Thế rồi, đúng ngày này cách đây mười năm, vào sinh nhật mười bốn tuổi của em. Họ biến mất.

Em nói 'biến mất' không phải theo nghĩa bóng đâu nhé. Chính xác theo nghĩa đen đấy. Họ đã biến mất, như thể chưa từng tồn tại trên cõi đời này.

Em đã rất háo hức suốt buổi học chiều hôm đó, đến mức không thể tập trung nghe giảng được. Bố mẹ đã dặn em hãy về sớm sau khi tan học. Cả nhà mình sẽ ăn mừng sinh nhật của con rồi đi xem phim. Chắc anh hiểu niềm hạnh phúc của em chứ? Một sinh nhật trong vòng tay gia đình, với bánh và nến rực rỡ, được ra rạp xem phim và ăn bắp rang như tiểu thư nhà giàu. Còn điều gì tuyệt vời hơn có thể dành cho một đứa con gái vừa bước qua kỳ kinh đầu tiên?

Lúc em về đến nhà, đèn điện bật sáng trưng, cửa trước không khóa. Phòng khách không có ai, phòng bếp trống trơn lạnh lẽo. Ban đầu, em cứ nghĩ mọi người muốn em bất ngờ nên đã trốn ở một góc nào đó trong nhà, đợi em đến gần là hù cho em sợ thót tim. Nhưng em đã tìm khắp ba tầng lầu, vào từng phòng một, mở từng chiếc tủ, soi cả xuống gầm giường, chẳng thấy ai cả. Em lại nghĩ hay là vì không có người chở bánh gato đến nên bố mẹ phải đi lấy, do không yên tâm để đứa con trai ở nhà một mình nên đã mang nó theo. Vậy là em đem một đống truyện tranh của mình ra phòng khách ngồi đọc trong lúc chờ họ về. Một tiếng rồi hai tiếng trôi qua, em bắt đầu cảm thấy không ổn. Chưa bao giờ bố mẹ em ra ngoài lâu như vậy mà không để lại lời nhắn, nhất là vào sinh nhật của em. Em gõ cửa vài nhà hàng xóm để hỏi xem họ có vô tình nhìn thấy bố mẹ và em trai em không, nhưng họ đều lắc đầu. Em đạp xe sang nhà đứa bạn thân, gọi nhờ điện thoại cho họ hàng nội ngoại của em, kết quả vẫn vậy.

Đêm đó, em khóa chặt cửa, nằm trên chiếc ghế dài ở phòng khách, quấn chăn kín người. Em thấy nóng và ngạt thở kinh khủng, nhưng không dám để lộ một phần cơ thể nào ra khỏi chăn. Em đói mờ cả mắt vì không ăn gì suốt từ trưa. Đèn đóm được bật xuyên đêm, nhưng em vẫn thấy sợ, sợ như chưa bao giờ được sợ trong đời. Căn nhà lạnh lẽo và trống trải quá sức tưởng tượng của một con nhóc vừa bước sang tuổi mười bốn. Em cứ nằm co ro như vậy, thỉnh thoảng lại mê man thấy cả nhà đã về. Họ mở cửa bằng một chiếc chìa khóa khác, trên tay họ là bánh sinh nhật và bốn chiếc vé xem phim. Nhưng khi em choàng tỉnh thì vẫn là đêm đen tĩnh lặng chỉ có tiếng rè rè của bóng đèn tuýp, tiếng thạch sùng tặc lưỡi, còn nỗi sợ hãi cứ chất chồng như con quái vật nhầy nhụa đang lén nhìn trộm em từ trên chiếu nghỉ cầu thang.

Những ngày sau đó, việc đầu tiên mỗi sáng thức giấc của em là lắng nghe tiếng TV phát chương trình thời sự buổi sáng, tiếng dao thớt trong bếp hay tiếng em trai em chạy rầm rầm. Nhưng chẳng có gì hết, chỉ có một con bé ngồi thẫn thờ như mất hồn trên chiếc ghế gỗ cứng đờ và lạnh buốt như đá. Em đói và khát, nhưng hoàn toàn chẳng thiết ăn uống gì. Nhiều ngày liền em chỉ ngồi đó, chờ đợi họ trở về, không tắm rửa, không bước chân ra khỏi nhà. Mãi đến bốn ngày sau, cô giáo không thấy em đi học đã đến tìm. Giờ nghĩ lại, nếu cô không tới, chẳng biết em có ngồi đó cho đến khi chết vì kiệt sức không."

"Họ không trở về nữa sao?" Tôi hỏi, sau khi đã chắc chắn rằng mình không cắt đứt mạch hồi tưởng của nàng.

"Nếu có, liệu em có đón sinh nhật trong căn nhà tối tàn này, hiến dâng cả cái quý giá nhất của mình cho một gã con trai chẳng hề có ý định nghiêm túc gì với mình không?" Nàng bực bội trả lời.

"Anh xin lỗi vì đã không hiểu được em nhiều hơn. Anh cứ nghĩ bố mẹ em đơn thuần là đã mất rồi." Tôi miết nhẹ lọn tóc màu hạt dẻ của nàng.

"Em mất nửa năm để điều trị tâm lý. Sau đó em đi học lại và chuyển sang ở ngôi nhà này, đổi cho cô chú đằng nhà nội sang ở nhà em. Em sợ sự lạnh lẽo của nó, sợ đến nỗi chỉ cần nhớ lại thôi cũng buốt hết cả sống lưng. Ở đây thì lúc nào cũng ồn ào náo nhiệt, nó làm em thấy vững tâm hơn. Sau khi ra trường, em làm cho một vài công ty, nhưng không gian yên tĩnh ở đó lại khiến em thấy khó thở. Thế là em đi bán thuốc lá ở các quán bar và café, những nơi lúc nào cũng đầy ắp người và sự ồn ào." Nàng nói.

"Giờ em cảm thấy thế nào?" Tôi nhẹ nhàng nâng cằm của nàng lên, nhìn thẳng vào mắt nàng và hỏi.

"Em không biết nữa. Sinh nhật năm nào em cũng ước họ sẽ trở về với em. Nhưng rồi em lại nghĩ lúc đấy mình biết xử sự như thế nào? Em đã sống sót suốt mười năm qua mà không có họ. Tâm hồn em đã méo mó và chai lì rồi. Em không biết mình có còn cần họ nữa hay không." Giọng của nàng đứt quãng pha lẫn chút hờn dỗi. Vài giọt sương rớt xuống từ khóe mắt nàng thấm ướt ga trải giường.

Tôi ôm chặt nàng vào lòng, đặt môi tôi lên môi nàng, cố gắng làm dịu đi cơn thác lũ có thể vỡ òa bất cứ lúc nào. Chúng tôi giữ chặt lấy nhau trong nhiều tiếng liền, yếu đuối và lạc lõng giữa vòng xoáy ẩm ướt trong căn phòng ẩm ướt, bao quanh bởi những bức tường ẩm ướt. Tôi không biết nàng đã ngủ chưa, nhưng bản thân mình thì trằn trọc suốt đêm.

Những tia sáng đèn đường yếu dần, nhường chỗ cho ánh bình minh đầu tiên hé rạng trên bầu trời. Tòa nhà bắt đầu rung chuyển, tiếng còi tàu văng vẳng từ khoảng không rất xa bên ngoài cửa sổ.

"Đó là chuyến tàu đầu tiên của tuổi hai mươi tư." Nàng mỉm cười và thì thầm vào tai tôi như một lời thoại trong phim Hollywood.

Người bắt chim lợn

Đến tháng thứ năm thì tôi đã kịp xem gần hết những bộ phim hay nhất trong một thập kỷ trở lại đây, hoàn thành tất cả game mà chiếc máy vi tính cũ rích đủ cấu hình để chơi, đọc số sách không còn đủ chỗ trống trên kệ, và ngủ nhiều đến độ biến cuộc sống thực thành những giấc mơ chán ngắt tẻ nhạt. Đúng lúc con chuột chỉ còn một ít xương khô vàng vụn dính trên nền đất cứng thì công việc "bắt chim lợn" xuất hiện.

TÔI ĐỌC ĐƯỢC THÔNG TIN TUYỂN DỤNG TRÊN MỘT TRANG WEB tìm việc làm chẳng mấy tên tuổi. Một công ty vô danh, ngành nghề không rõ ràng, thậm chí chẳng có hệ thống *email* riêng. Nội dung tuyển dụng chưa đến năm trăm chữ nhưng đầy rẫy lỗi chính tả, câu cú đá nhau chan chát. Kẻ nào viết ra đoạn thông tin đăng tuyển này xứng đáng bị xử bắn vì tội cưỡng hiếp bảng chữ cái được tám mươi lăm triệu người sử dụng. Thứ tầm thường vậy nhưng tôi vẫn ráng đọc cho hết, vì lần đầu tiên nghe đến loại công việc này: "Tuyển người bắt chim lợn."

Tôi đã thất nghiệp đâu được năm tháng gì đó, chẳng nhớ chính xác. Cứ ngồi một chỗ cả ngày thì thấy thời gian ngừng lại ngay. Ngày tháng trở thành những con số vô hồn và sau mỗi giấc ngủ ta lại tự hỏi bây giờ là sáng sớm hay chiều muộn. Thay vì lấy dao vạch lên cửa để đánh dấu mỗi ngày trôi qua, hay viết lên cuốn lịch treo tường, tôi đã chọn một phương pháp khác đơn giản hơn, lại chẳng cần ghi nhớ các con số cụ thể, ấy là theo dõi quá trình phân hủy chuột chết.

Phía sau nhà tôi là một bãi đất hoang đang chờ xây dựng trung tâm thương mại. Đúng cái ngày tôi bị sa thải, xác một con chuột cống nằm chình ình trên đống xà bần, kiêu hãnh như một chiến binh hy sinh nơi trận địa. Đôi mắt nó trắng dã, mở to và nhìn thẳng về phía cửa sổ phòng tôi, nơi có một gã trai hai mươi tư tuổi đang chán nản gí mũi vào tấm kính cửa sổ ướt nhẹp nước mưa. Ánh mắt đó như một lời thách thức rằng, liệu tôi có thể tìm được công việc mới trước khi cái xác phân hủy hoàn toàn hay không. "Được thôi", tôi tự nhủ trong lòng, "cho dù mày chỉ là một con chuột chết, tao vẫn chấp nhận lời thách thức".

Thế nhưng đâu dễ tìm được một công việc mới trong bối cảnh Việt Nam xếp thứ hai thế giới về mức độ hạnh phúc. Kinh tế suy thoái, đồng tiền mất giá khiến cho các doanh nghiệp phá sản như cơm bữa hoặc tinh giảm biên chế cật lực. Trong một tháng đầu tiên, tôi rất sốt sắng vận động các mối quan hệ và lùng sục trên internet để tìm việc, đồng thời gửi *porfolio* đi khắp nơi. Hầu hết họ chẳng bao giờ gọi cho tôi. Chỉ một số ít chịu thu xếp phỏng vấn, đa phần đều đòi hỏi trình độ của một thiên tài với mức lương cho người không biết chữ. Đến tháng thứ hai thì tôi quyết tâm nâng cao vốn tiếng Anh với hy vọng sẽ lọt qua khe cửa hẹp của một công ty nước ngoài nào đó. Nhưng tôi vốn là một kẻ yêu tiếng mẹ đẻ tha thiết và căm thù ngôn ngữ của bọn tư bản bóc lột, nên đến tháng thứ ba thì đống sách vở đã yên vị dưới gầm giường. Từ đó trở đi, tôi chán nản chẳng muốn học hành hay tìm việc nữa. Ngày nào tôi cũng chỉ quanh quẩn trong nhà, xem phim, chơi game, đọc sách, thủ dâm, ăn và ngủ.

Con chuột không suy nghĩ phức tạp như tôi, nó chỉ có một việc là chết. Ngày qua ngày, lũ giòi bọ, kiến, mưa, nắng và các loại vi khuẩn thay phiên nhau giúp nó đến đích. Giờ thì tôi đã hiểu vì sao càng ngày càng có nhiều người tìm đến cái chết mỗi khi vấp phải sự bế tắc. Chẳng ai giúp họ vượt qua khó khăn của người sống, nhưng lại có cả một hệ sinh thái hỗ trợ họ giải quyết vấn đề của người chết.

Đến tháng thứ năm thì tôi đã kịp xem gần hết những bộ phim hay nhất trong một thập kỷ trở lại đây, hoàn thành tất cả game mà chiếc máy vi tính cũ rích đủ cấu hình để chơi, đọc số sách không còn đủ chỗ trống trên kệ, và ngủ nhiều đến độ biến cuộc sống thực thành những giấc mơ chán ngắt tẻ nhạt. Đúng lúc con chuột chỉ còn một ít xương khô vàng vụn dính trên nền đất cứng thì công việc "bắt chim lợn" xuất hiện.

□

"Xin hỏi tên anh?" Tôi đưa tay ra bắt người đồng nghiệp mới của mình, kèm theo câu hỏi xã giao lịch sự.

"Tôi quên chưa nói với cậu nguyên tắc đầu tiên của công việc này: *Không tên.* Chúng ta sẽ gọi nhau bằng tên các kẻ thù của loài chim lợn. Tôi là Rắn, cậu sẽ là Chuột." Anh chàng đồng nghiệp to béo dõng dạc tuyên bố với giọng điệu quyết đoán của kẻ bề trên.

Hiển nhiên là tôi không thích cái biệt danh này, nó khiến tôi nghĩ tới một nhúm xương đang nằm đâu đó ngoài kia.

"Chẳng phải chuột và rắn cũng là kẻ thù sao?" Tôi phản đối.

"Đúng thế. Nhưng theo nguyên tắc số bốn, người đến trước được quyền đặt biệt danh cho người đến sau." Anh ta khoát tay.

"Sao cũng được." Tôi nhún vai. Tôi đã từng đi làm ở vài công ty và rút ra bài học quý giá cho mình: Đừng gây sự với đồng nghiệp ngay ngày làm việc đầu tiên.

Dường như nhận ra mình đang làm cho ấn tượng đầu trở nên căng thẳng, Rắn cười to thành tiếng, một điệu cười không giống ai, như bản giao hưởng của ếch nhái giữa đêm mưa. Sau đó, anh ta bắt tay tôi thật chặt và bắt đầu hướng dẫn tôi những công đoạn đầu tiên để bắt chim lợn. Anh cho biết đã làm công việc này một mình suốt ba năm qua.

Đây là một công việc lạ lùng từ cái tên cho đến cách thực hiện. Thời gian ra ngoài kiếm mồi của chim lợn là từ tám giờ tối đến nửa đêm, thế nên đó cũng là "giờ hành chính" của chúng tôi. Rắn và tôi được cấp cho một cái nhà kho nhỏ, nơi chứa các công cụ tác nghiệp và giấy tờ hành chính. Rắn phân công cho tôi mang đồ ra xe trong lúc anh ta gửi *e-mail* về công ty. Chiếc xe tải loại nhỏ hiệu Suzuki màu xanh, đã toác hết lớp sơn cũ, trông càng thảm hại và buồn bã dưới cơn mưa đêm. Tôi ném tất cả lên thùng xe rồi chui vào cabin, ngồi tựa lưng vào ghế bọc da đã sút chỉ, rũ rũ nước mưa trên tóc. Đến giờ tôi mới có thời gian để tự hỏi mình đang làm cái quái gì ở đây.

Tiếng cửa cuốn nhà kho đóng lại sau gáy tôi, Rắn mở cửa xe phía bên kia, ngồi sau tay lái, đóng sập cửa rồi tra chìa khóa vào ổ. Sau khoảng vài lần đề máy, đèn pha lóe sáng, xuyên qua làn mưa đang ngày càng nặng hạt phía trước. "Điểm đến của chúng ta hôm nay là nhà xác bệnh viện Nhi." Rắn dõng dạc tuyên bố như người thuyền trưởng đang chỉ hướng cho thủy thủ đoàn. "Thực ra chúng ta chỉ có một điểm đến duy nhất đó thôi."

Chẳng có ai ra đường vào tối thứ Tư mưa gió, nên Rắn cho xe phóng khá nhanh. Chiếc xe coi cà tàng vậy mà chạy rất êm, hầu như chỉ nghe thấy tiếng cần gạt nước gạt qua gạt lại và tiếng nước mưa rơi lộp độp trên đầu. Thỉnh thoảng đèn đường rọi vào bên trong cabin, tạt một luồng sáng xuyên qua mặt chúng tôi. Rắn ra vẻ tập trung lái xe, nhưng cách đăm chiêu nhìn về phía trước lại khiến tôi cho rằng anh ta đang suy nghĩ về một việc gì đó thì đúng hơn. Chiếc cằm của anh chảy xệ và nhăn nheo, làm bộ râu quai nón lởm chởm chùng xuống gần chạm xương quai xanh.

James Blunt đang hát bài *1973*. Chẳng biết vì dàn âm thanh tốt hay bởi vì bài hát rất hợp với hoàn cảnh mà tôi thấy nó hay hơn bình thường. Tôi mới chỉ xem duy nhất một *music video* của James Blunt, đó là *You are beautiful*. Vậy nên bất kể nghe bài hát nào của anh ta, tôi cũng nghĩ ngay đến cảnh James đang ngồi trên băng giá, cởi dần từng món đồ trên người mình, bất kể bài hát nào, chẳng cần phải là *You are beautiful*.

"Âm thanh được đấy chứ? Tôi đã đầu tư cho chiếc xe khốn khổ này đấy. Mặc dù đã vi phạm nguyên tắc thứ bảy là không thay đổi kết cấu công cụ làm việc, nhưng không có âm nhạc thì đời nhạt lắm." Rắn kéo tôi từ miền băng giá trở về ghế ngồi.

"Tôi hỏi anh câu này được không." Tôi với tay vặn nhỏ âm thanh.

"Cứ tự nhiên. Nguyên tắc thứ ba là các nhân viên phải hỗ trợ nhau về mọi mặt trong công việc." Rắn trả lời, mắt vẫn nhìn thẳng về phía trước.

"Ban nãy tôi có thấy anh gửi e-mail tới công ty. Anh đã liên lạc với ai vậy?"

"Nguyên tắc thứ hai: Không thắc mắc về công ty. Cứ yên tâm rằng mỗi tháng tiền lương sẽ chuyển về tài khoản của cậu. Họ chưa từng chậm lương của tôi suốt ba năm qua. Ngoài ra, nếu có thông báo họ sẽ gửi *e-mail*." Nụ cười của Rắn đã tắt, không khí bỗng chùng xuống đột ngột như bị nén trong nồi áp suất.

"Nhưng ít nhất tôi cũng nên biết mình đang làm gì chứ?"

"Cậu sẽ đi bẫy chim lợn, giữ cho chúng còn sống, nhốt chúng vào lồng, để trong kho, và sáng hôm sau sẽ có người đến lấy." Rắn trả lời, thân hình to béo của anh ta đang nhún nhảy theo điệu nhạc.

"Anh đã bắt được bao nhiêu con chim lợn trong ba năm qua?" Tôi hỏi tiếp.

Rắn quay mặt về phía tôi, đây là lần đầu tiên trong suốt chuyến đi anh ta rời mắt khỏi con đường. Anh dõng dạc trả lời như thể điều này chẳng có gì bất thường.

"Chưa một con nào."

❏

Chúng tôi dừng xe dưới một tán cây rộng và xum xuê, bên ngoài bức tường rào nhà xác bệnh viện. Đến giờ tôi mới nhận ra mình đang làm một công việc phi pháp là đánh bắt loài chim đã được liệt vào sách đỏ. Có lẽ đây là lý do tôi không bao giờ được biết người thuê mình là ai, và nếu bị bắt quả tang thì khả năng bóc lịch rất cao. Tuy vậy, thay vì sợ hãi, cơ thể tôi lại tiết ra một niềm phấn chấn khó tả. Dù sao công việc mạo hiểm này vẫn tốt hơn là nhũn người trong xó nhà và quan sát xác chuột chết.

"Tôi biết là cậu làm việc này hoàn toàn chỉ vì tò mò. Nhưng sự tò mò sẽ giết chết cậu trước khi cậu nhận ra nó." Rắn vừa nói vừa lôi đồ nghề từ thùng xe xuống. "Tốt nhất là hãy học tập tôi, không thắc mắc gì hết, cứ ngậm miệng lại và lĩnh món tiền lương hậu hĩnh vào mùng mười hằng tháng."

Anh ta quan sát một lượt xung quanh và chỉ tay vào một góc đường, nơi giao nhau giữa bức tường cao đến ba mét của bệnh viện với vỉa hè bao quanh con sông gần đó. Chẳng cần nói tôi cũng biết đấy sẽ là địa điểm đặt bẫy.

"Tôi sẽ làm những việc gì vậy?" Tôi hỏi.

"Hôm nay là buổi đầu tiên nên cậu cứ đứng đây quan sát tôi làm, ngày mai sẽ đến lượt cậu." Rắn trả lời, rồi rảo bước thật nhanh về phía góc đường. Trời đã tạnh mưa, để lại trên mặt đường ẩm ướt rất nhiều vũng nước to và ngập đến mắt cá. Tuy vậy, Rắn vẫn bước phăm phăm về phía trước, mặc kệ nước bắn tung tóe ướt sũng giày. Đèn đường chiếu xuống, kéo cái bóng của anh thành một vệt đen dài, uốn éo như một con rắn đang săn mồi.

"Anh đang trêu tôi phải không?" Tôi chỉ thẳng vào cái bẫy vừa được hoàn thành chóng vánh, cứ ngỡ mình nhìn nhầm.

Đây là loại bẫy chim cổ nhất thế giới. Một chiếc lồng hình bán nguyệt bằng kim loại to hơn chiếc lồng bàn một chút, được tạo thành một góc nhọn so với mặt đất bởi một ống nước đứng thẳng. Một đầu ống buộc dây, loại dây dù vẫn dùng trong cắm trại. Đầu dây còn lại nằm trong tay Rắn, lúc này đang cùng tôi nấp sau một bụi rậm cách cái bẫy khoảng mười mét. Điểm nhấn và cũng là sự lố bịch nhất của chiếc bẫy chính là mồi nhử, một tấm keo dính chuột với một con chuột cống to bằng bắp tay đang dính chặt trên đó. Nó thở thoi thóp và phát ra tiếng chít chít yếu ớt như kẻ tử tội đang sám hối. Theo lý thuyết mà tôi được học từ bé, đây là loại bẫy dành cho các loài chim nhỏ. Người ta rắc gạo hoặc thóc vào trong chiếc lồng, đợi khi chim bay vào mổ, họ giật mạnh sợi dây làm đổ ống nước, chiếc lồng rơi xuống và thế là con chim đã ký vào bản án tù chung thân.

"Với chiếc bẫy như thế này thì một triệu năm nữa anh cũng chẳng bắt được con chim lợn ngu ngốc nhất." Tôi rít lên qua kẽ răng, đã lâu lắm rồi tôi mới lại tức giận đến thế.

Rắn ra hiệu cho tôi hãy bình tĩnh. "Cậu sẽ làm chúng ta bị lộ đấy. Chiếc bẫy này tuy thô sơ, nhưng dễ dựng, và quan trọng nhất là đảm bảo sự an toàn cho lũ chim."

"Không thể tin nổi một công ty hoạt động bí mật, đặt ra hàng tá luật lệ kỳ quặc lại để cho anh sử dụng loại bẫy chim sẻ này. Đã vậy anh còn bắt tôi mang theo một đống cuốc, xẻng, cưa máy, ròng rọc để làm gì?". Tôi hạ giọng, nhưng vẫn chưa nguôi sự phẫn nộ.

"Thứ nhất là chẳng có điều luật nào kiểm soát cách chúng ta bẫy chim. Họ chỉ quan tâm rằng ta có bắt được chim cho họ hay không. Thứ hai là tôi muốn giúp cậu vận động một chút, cũng như làm cho công việc này đỡ tẻ nhạt hơn thôi. Khoác lên mình những bộ mặt lạnh lùng, lại mang theo một đống đồ nghề như sắp sửa làm một phi vụ lớn, cậu không thấy chúng ta rất ngầu hay sao?" Rắn che miệng cười, đây là lần đầu tiên tôi thấy anh ta cười một cách thoải mái. Thì ra sự căng thẳng từ tối đến giờ chỉ là giả tạo, một kiểu ma cũ bắt nạt ma mới dạng nhẹ.

Tôi thở dài, chẳng buồn đôi co với anh ta nữa. Tôi kiếm một viên gạch khô làm ghế ngồi, sau đó xoa kem chống côn trùng lên mặt và cổ tay. Chẳng thể tưởng tượng được có những giống loài và tội ác nào ẩn chứa trong các bụi cây rậm rạp thế này.

Mười phút trôi qua, không gian vẫn yên lặng như một bức tranh vẽ cảnh hồ nước ban đêm. Về tổng thể, bức tranh toàn màu xanh tím than âu sầu. Nửa phía dưới là mặt hồ lượn sóng, được vẽ bằng màu đỏ đậm và nâu đất, trông sền sệt như miếng thịt ba chỉ. Nửa trên là một bãi đất trống toàn cây cối màu vàng nghệ, đó là màu của đèn đường. Điểm nhấn của bức tranh, cũng là nơi ánh sáng chiếu vào mạnh nhất, một cái bẫy chim sẻ được vẽ bằng nét chì cẩu thả. Chuột và Rắn không xuất hiện trong bức tranh. Họ đang nấp đâu đó trong bụi rậm được vẽ bằng chổi nét to.

"Chuột này, cậu đã từng nhìn thấy chim lợn chưa?" Rắn phá vỡ sự im lặng. Dường như chính anh ta cũng bắt đầu chán việc chờ đợi.

"Chưa bao giờ. Tôi mới chỉ nghe tiếng của chúng, không khác gì lợn bị cắt tiết." Tôi nhún vai.

"Tôi được biết một câu chuyện rất rùng rợn từ những người trông nhà xác. Chẳng biết độ xác thực đến đâu, nhưng lại là giả thuyết duy nhất giải thích cho công việc của chúng ta." Rắn nói.

Tôi khoanh tay, ngồi thẳng lưng, tỏ ý đang lắng nghe đây.

"Cách đây khoảng năm năm, bệnh viện tiếp nhận một ca cấp cứu giữa đêm khuya. Nạn nhân là một bé trai mới mười hai tuổi. Nó chơi đùa trên ban công tầng bốn và bị trượt chân. Khi người ta mang nó đến, trán nó đã toác làm đôi, tất cả xương cốt vỡ vụn như bánh đa. Thế nhưng nó vẫn tỉnh táo để cảm nhận sự đau đớn tột cùng. Các bác sĩ trực hôm đó đều ngán ca này, vì bố của thằng bé là một quan chức biến chất rất có quyền lực. Chẳng có tội ác gì mà ông ta chưa làm: Mua bán chức vụ, cướp đất của dân, tham nhũng, nhận hối lộ, bảo kê cho xã hội đen. Họ sợ nếu thằng bé chết, ông ta sẽ làm họ thân bại danh liệt."

"Phải chăng kẻ thù của ông ta đã làm hại thằng bé?" Tôi khá hào hứng với câu chuyện này, dù biết rằng có thể đây chỉ là sản phẩm từ trí tưởng tượng của một kẻ rỗi hơi nào đó.

"Chẳng biết." Rắn tặc lưỡi. "Có người thì bảo là những người bị ông ta hại quay lại trả thù, có người lại phán là do nhân quả. Nhưng chi tiết đó không quan trọng. Phần sau của câu chuyện mới đáng sợ."

"Chắc hẳn phải có liên quan đến những con chim lợn?" Tôi tự đặt ra giả thuyết.

"Đúng thế." Rắn trả lời. "Đứa bé đã phải trải qua hai giờ đồng hồ đau đớn mới được giải thoát. Trên đường từ phòng cấp cứu sang nhà xác, một đàn chim lợn hàng mấy trăm con từ đâu sà xuống mổ xác đứa nhỏ. Những người có mặt hôm đó đều quả quyết chưa từng nhìn thấy nhiều chim lợn đến thế trong đời. Trông chúng giận dữ, đầy thù địch. Cách chúng tấn công tàn ác như những sát thủ, chứ không còn là những con chim hiền lành chỉ biết bắt chuột. Tiếng kêu của chúng thê lương và quần quại như hàng trăm con lợn trong lò mổ. Chúng tấn công nhau để tranh giành từng mẩu thịt, từng đường gân của xác chết, đến mức rỉa cả vào mắt, vào bụng nhau.

Bố thằng nhỏ gần như đã phát điên sau vụ đó. Ông ta thề sẽ moi họng từng con chim để đòi lại các bộ phận của đứa con tội nghiệp."

"Và đó là sự tích về người bắt chim lợn dùng bẫy chim sẻ phải không?" Tôi cười khẩy.

Rắn chỉ nhún vai. "Đó là manh mối duy nhất mà tôi điều tra được. Dù những người thuê chúng ta là ai thì họ cũng là bậc thầy về xóa dấu vết và che giấu thân phận."

"Thật kỳ lạ vì mới chỉ một tiếng trước anh vẫn còn khuyên tôi nên câm miệng và đừng tò mò về những người đó." Tôi thắc mắc.

"Bởi vì trong xe có gắn thiết bị nghe trộm." Rắn giả bộ nắm một con chip tưởng tượng bằng hai ngón trỏ và cái. "Đó là lý do vì sao họ không muốn tôi can thiệp vào chiếc xe. Cậu nghĩ những người đó ngu ngốc đến mức để cho chúng ta chạy rông ngoài đường và luyên thuyên về công việc này sao?"

"Hồi mới làm, tôi cũng tò mò ghê gớm lắm. Cái khao khát tìm ra sự thật nhiều phen khiến tôi mất ăn, mất ngủ. Thế nhưng, sau ba năm điều tra như trong phim trinh thám, tất cả những gì tôi có được là câu chuyện dùng để dọa trẻ con kia." Rắn nói, đoạn nhổ một bãi nước bọt xuống đất.

"Giờ anh đã bỏ cuộc chưa?" Tôi hỏi.

"Tôi không bỏ cuộc, mà chính cái khao khát đó đã bỏ rơi tôi. Cũng vào một đêm như đêm nay cách đây nửa năm, tôi chợt nhận ra mình đang phí thời gian vào một việc vô ích. Giống như ném một bó đuốc xuống biển để soi đáy của nó vậy. Tôi sẽ không ngạc nhiên nếu sau này cậu cũng có ý định đi vào con đường của tôi, mà chắc chắn là sẽ cậu sẽ làm thế. Nhưng đừng quá để tâm đến nó, dù cậu có đạt được mục đích của mình hay không, nó cũng chẳng mở ra cánh cửa nào cho cậu." Rắn trả lời. Tay của anh đã buông sợi dây từ lúc nào.

"Anh nói cứ như thể đây là buổi làm việc cuối cùng của mình vậy."

Tôi vốn chỉ định nói một câu chiếu lệ nhằm xóa tan sự trầm lắng của cuộc chuyện trò, nào ngờ anh ta chỉ chờ câu này của tôi.

"Thì đúng là thế mà! Thôi hôm nay nghỉ sớm. Để tôi mời cậu bữa ăn khuya, coi như tiệc chia tay."

Chẳng thèm quan tâm đến thái độ kinh ngạc của tôi, Rắn đứng dậy vươn vai và nhanh chóng thu dọn chiếc bẫy. Con chuột làm mồi vẫn còn sống và run lẩy bẩy. Rắn cuốn tròn nó trong chiếc keo dính trước khi ném vào sọt rác. Chẳng có bóng dáng lẫn tiếng kêu của một con chim lợn nào quanh đây.

□

Chừng nửa tiếng sau, chúng tôi yên vị trên ghế đá với một lốc bia lạnh và hai chiếc bánh mì kẹp trứng rán. Ở phía bên kia đường là một cây si già cỗi rất to, đang vươn những tán cây khổng lồ chắn hết tầm nhìn của dãy nhà cũ xây theo kiểu Pháp từ những năm năm mươi của thế kỷ trước. Mười một giờ rưỡi đêm, không gian yên tĩnh đến độ có thể nghe tiếng nhai thức ăn rất phô trương của Rắn, tiếng rao của một người bán bánh giò dạo và tiếng lá xào xạc mỗi khi có một cơn gió đầu thu lướt dọc con đường. Ngoài đèn đường thì hầu như không còn một ánh sáng tự phát nào nữa. Chỉ có vài ngôi nhà là còn sáng đèn, nhưng là màu đỏ dịu của đèn ngủ. Tôi bắt đầu thấy có cảm tình hơn với Rắn. Trước đó tôi không nghĩ đầu óc của anh ta đủ sâu sắc để đắm chìm trong một khung cảnh như thế này, dạng khung cảnh khiến cả những kẻ vô tâm nhất cũng phải thừ người ra mà ngưỡng mộ. Tôi đoán nhà anh ta chắc hẳn ở quanh đây, nếu không cũng là địa điểm ưa thích của anh mỗi lần muốn hóng mát sau giờ làm. Ban nãy, sau khi mua đồ ăn, anh ta đã phóng xe về thẳng con đường này, như thể đã đi theo hành trình đó hàng trăm lần rồi.

Rắn vừa ăn vừa trình bày cho tôi biết về nguyên tắc thứ tám của công việc. Mỗi nhân viên bị bắt buộc thôi việc khi có người mới vào thay, và đó cũng là điều kiện duy nhất để được chấm dứt công việc này. Nói cho dễ hiểu thì hôm nay là buổi làm việc đầu tiên của tôi và cuối cùng của Rắn. Anh ta chỉ còn nhiệm vụ đào tạo nghiệp vụ và bàn giao những gì đang dở cho tôi. Dĩ nhiên tôi có thể từ chối, đồng nghĩa anh ta vẫn phải tiếp tục nó cho đến khi có một người khác vào thay. Ở phía ngược lại, Rắn cũng có quyền không chấp nhận tôi và giữ lại công việc của anh ta.

"Công việc này không buồn chán và ngớ ngẩn như bề ngoài đâu, thu nhập lại tốt nữa." Rắn cố gắng thuyết phục tôi.

Tôi không thấy đói nên nhường chiếc bánh mì của mình cho Rắn, đổi lại tôi được thêm một lon bia. Đắm chìm trong màn đêm đẹp tuyệt vời khiến tôi có cảm giác việc ăn uống là một sự xúc phạm. Khung cảnh này thích hợp để ngồi vắt vẻo trên một cái ban công nào đó, uống trà và nghe nhạc của Celine Dion hơn. Tuy nhiên, bia cũng chấp nhận được.

"Nếu vậy sao anh còn muốn từ bỏ nó? Anh chẳng qua chỉ là một kẻ ích kỷ muốn chạy trốn khỏi công việc chán ngán nhất trần đời mà bản thân anh không thể thoát ra được nếu không có người khác tự nguyện thế chỗ." Tôi phản bác.

Rắn im lặng, hết nhìn tôi rồi lại nhìn chằm chằm vào một khung cửa sổ vẫn sáng đèn ở phía bên kia đường, sau đó thở dài như tiếc nuối một điều gì ghê gớm lắm.

"Rõ ràng là cậu đang có ác cảm với công việc này. Thôi được rồi, để cậu thấu hiểu nó, trước tiên tôi phải làm cậu hiểu được tôi đã. Mặc dù như vậy đồng nghĩa rằng tôi phải phá bỏ nguyên tắc thứ năm: Các nhân viên không được tiết lộ thông tin cá nhân cho nhau."

□

Chừng hai tháng trước khi trở thành Người bắt chim lợn, Rắn gặp phải biến cố lớn trong đời. Người phụ nữ anh yêu suốt bốn năm qua đã bỏ rơi anh. Từng có lúc họ tính đến chuyện kết hôn. Nhưng rồi một buổi chiều muộn, khi bầu trời đỏ rực ánh dương mùa hạ, nàng thẳng thắn chê chàng không có công ăn việc làm ổn định, nếu lấy nhau sẽ chẳng có tương lai vững chắc. "Em phải kết hôn với một người hơn mình ít nhất năm tuổi. Anh ta có sự nghiệp và cung cấp đầy đủ cả về vật chất lẫn tinh thần cho em suốt cuộc đời." Cô nói như thế trước khi đóng sập cánh cửa sắt hoen gỉ trước mặt Rắn. Mặt đất đang nứt dần ra dưới chân anh, bầu trời chứa chấp cả một biển máu chuẩn bị đổ sập xuống đầu anh, trong khi một cơn giông kéo đến thổi tung anh đi như những bộ quần áo tuột khỏi dây phơi.

Con đường nhỏ nằm yên tĩnh giữa lòng thành phố nhộn nhạo với vỉa hè đầy rêu và nham nhở gạch vỡ, cây si to lớn thả những chùm dây leo như lông của một con chó ướt, khu nhà cổ kính có hệ thống hành lang và cầu thang ngoằn ngoèo, mỗi khi trời nắng là một chùm những tia sáng tràn ngập giếng trời... Chúng rất đỗi thân thuộc với Rắn suốt những năm tháng qua, vậy mà giờ đây trở nên xa lạ, thù ghét anh. Cõi lòng anh như một đất nước yên bình và trù phú bỗng chốc hoang tàn xơ xác vì một trận bão lớn. Cơn bão âm thầm vượt qua những bức tường thành, hất tung các con đê chắn bão, quét qua khu dân cư, phá sạch sành sanh hoa màu, tình yêu, niềm tin và hy vọng.

Rắn chẳng níu kéo hay cầu xin cô quay lại. Trái lại, anh còn lấy nỗi đau làm động lực cho mình. *Được thôi, để xem cô có tìm được một thằng đàn ông có thể chu cấp cho cô suốt đời, hay là chính tôi sẽ trở thành thằng đàn ông đó, và cô sẽ quỳ xuống mà xin tôi quay lại với cô.* Tất nhiên, Rắn không thách đố trực tiếp với cô. Anh giữ kín nó trong lòng, như thức ăn nuôi sống hận thù và thúc đẩy mình vươn lên.

Thế nhưng dù đã cố gắng dành hết tâm trí và sức lực để làm việc, nỗi buồn vẫn ám ảnh Rắn như một vết thương sâu hoắm. Thậm chí đã có những tối anh nấp ở phía bên kia đường, nhìn chằm chằm vào ngôi nhà có năm bậc cầu thang dẫn lên cửa chính. Ban đầu, anh trách mình đã làm một việc quá ngu ngốc. Nhưng rồi chính anh lại tự trấn an bản thân rằng ta làm như vậy chỉ để biết được cô ta có đến đích trước ta hay không thôi mà. Vậy là từ vài tối một tuần, nay thì tối nào anh cũng nấp ở một góc đường, để xem có ai đưa đón cô hay không, từ chín giờ tối đến nửa đêm, từ ngày này qua tháng khác, từ hạ sang đông.

Chẳng có ai tìm đến vào mỗi tối, và cô vẫn tập yoga đến mười một giờ đêm mới ngủ. Nhưng Rắn thì không được yên bình như vậy. Thức khuya mỗi đêm khiến anh làm việc không hiệu quả vào ban ngày. "Đêm nào cậu cũng mặc bộ đồ Batman bó sát người đi bắt tội phạm hả?" Ông giám đốc tung ra một câu chế nhạo rồi lạnh lùng ký quyết định cho anh thôi việc. Chẳng sao cả, anh ngáp một tràng thật đã đời sau khi đọc được đoạn thông tin tuyển dụng trên một trang web tìm việc làm chẳng mấy tên tuổi. Một công ty vô danh, ngành nghề không rõ ràng, thậm chí chẳng có hệ thống email riêng.

Công việc bắt chim lợn càng tạo điều kiện cho anh theo dõi cô. Anh chỉ làm việc đến mười rưỡi tối, sau đó quay trở lại với con phố nhỏ, dù cho phải khổ sở với muỗi, cái oi bức của đêm hè hay cái lạnh buốt da thịt của đêm đông.

Một năm sau cô lấy chồng. Chú rể thật đĩnh đạc, hơn cô sáu tuổi, chẳng phải loại giàu sụ nhưng cũng có con đường công danh tươi sáng. Rắn bị sốc nặng đến mức ốm liệt giường hàng tuần trời. Rõ ràng anh đã theo dõi cô chặt chẽ, không bỏ sót một đêm nào. Gã kia có thể ở đâu chui ra cơ chứ? Họa chăng hắn có là chuột, hoặc cô có thể tàng hình thì mới qua mặt được anh. Đến tận bây giờ Rắn vẫn thắc mắc điều đó, nhưng anh chẳng bao giờ tìm ra câu trả lời.

Chỉ còn lại một mình với công việc tẻ nhạt nhất thế giới, Rắn mới nhận ra mình đã lãng phí những năm tháng qua một cách vô ích. Lẽ ra, anh cứ nhắc đi nhắc lại cái từ "lẽ ra" hàng trăm, hàng nghìn lần mỗi đêm. Lẽ ra thời gian và công sức dành cho vụ cá cược vô nghĩa kia, anh nên dùng để tái thiết đất nước hoang tàn đổ nát trong anh suốt mấy năm qua mới phải. Đất nước đó nay đã hoang hóa và chẳng còn chút dấu hiệu gì của sự sống.

□

"Tại sao anh không tự ý từ bỏ công việc? Đâu có ai bắt ép anh phải tuân thủ chính xác các nguyên tắc? Chẳng phải anh cũng đã phá vỡ nhiều nguyên tắc trong số đó sao?" Tôi thắc mắc.

"Thật khó để giải thích cho cậu. Cứ cho là đời tôi chưa từng làm đến nơi đến chốn một việc nào cả. Nếu tôi tự ý nghỉ việc, có thể công ty sẽ không phạt tôi quá nặng, nhưng bản thân tôi sẽ ghi nhận đó là một sự thất bại nhục nhã khác." Rắn giải thích. "Tôi đã tự cá cược với mình một lần nữa, rằng sẽ kết thúc công việc trong tư thế ngẩng cao đầu."

"Vả lại," anh nói tiếp, "công việc này tuy khiến tôi bị thế giới lãng quên, nhưng đồng thời nó giúp tôi có thời gian suy ngẫm về nhiều thứ."

"Ví dụ?" Tôi nhướn mày.

"Ví dụ như bữa ăn đêm sẽ ngon hơn rất nhiều nếu vừa chén vừa nhìn vào cửa sổ phòng bạn gái cũ."

"Đầu óc anh có vấn đề thật rồi." Tôi nói.

"Cám ơn đã nhắc." Rắn cười lớn.

Đầu tôi bắt đầu quay mòng mòng vì chất cồn. Những tiếng ong ong như kèn Vuvuzela từ đâu dội vào tai tôi. Tôi vứt vỏ lon bia vào thùng rác rồi ngồi xổm dưới đất mà ôm đầu. Trong cơn co thắt của các dây thần kinh, tôi nhìn thấy mình nấp trong bụi rậm, một tay cầm sợi dây, nửa lỏng nửa chặt giống như Rắn đã cầm suốt buổi tối hôm nay. Mắt tôi nhìn chằm chằm vào chiếc bẫy chim ở cách đó mười mét. Thậm chí tôi còn không dám thở mạnh, không dám có những cử động nhỏ nhất, vậy mà vẫn chẳng có một con chim lợn nào xuất hiện, không có tiếng kêu, không có tiếng đập cánh. Có thể chúng đã chén no say thịt người và sợ bị trả thù, nên đã từ bỏ những cái tổ cao chót vót nơi cột điện hay mái nhà để di cư đến vùng đất khác. Chỉ có mình tôi, vẫn ngồi trong bụi rậm từ ngày này qua tháng khác, dõi mắt vào một khoảng trống lạnh lẽo vô hồn, luẩn quẩn với một câu hỏi không bao giờ có lời đáp.

"Cái nào đáng sợ hơn, bị mắc kẹt trong một căn phòng hay bị thế giới lãng quên?"

Mục lục

TỔNG PHÁT HÀNH
Công ty Văn Hóa Phương Nam

Lầu 7, 212 Lý Chính Thắng, Phường 9, Quận 3, TP.HCM

ĐT: (08) 35261616 - ext 307 - Fax (08) 35264022

Email: sach@pnc.com.vn; Website: www.pnc.com.vn

• TP. HỒ CHÍ MINH:

* **Nhà sách Phương Nam Phú Thọ:** 940 Đường Ba Tháng Hai, P.15, Q.11 - ĐT: 38.644.444, Fax: 38.663.449.
* **Nhà sách Phương Nam Đại Thế Giới:** 105 Trần Hưng Đạo B, P.6, Q.5 - ĐT: 38.570.407, Fax: 38.536.090.
* **Nhà sách Phương Nam Lê Duẩn:** 2A Lê Duẩn, P. Bến Nghé, Q.1 - ĐT: 38.229.650 - 39.111.667, Fax: 38.234.542.
* **Nhà sách Phương Nam Lê Lợi:** Saigon Centre (tầng 2), 65 Lê Lợi, Q.1 - ĐT: 38.217.131, Fax: 39.151.475.
* **Nhà sách Phương Nam Nguyễn Oanh:** 03 Nguyễn Oanh, P.10, Q. Gò Vấp - ĐT: 39.896.664 - 39.896.659, Fax: 39.896.660.
* **Nhà sách Phương Nam Nguyễn Thái Sơn:** 86A Nguyễn Thái Sơn, P.3, Q. Gò Vấp - ĐT: 38.943.246, Fax: 39.850.287.
* **Nhà sách Phương Nam Nguyễn Kiệm:** Co.opMart (tầng 2), 571 Nguyễn Kiệm, P.9, Q. Phú Nhuận - ĐT: 38.479.590, Fax: 39.971.434.
* **Nhà sách Phương Nam Xa lộ Hà Nội:** Co.opMart (tầng 1), 191 Quang Trung, P. Tân Phú, Q.9 - ĐT: 37.307.995, Fax 37.309.143.
* **Nhà sách Phương Nam Phú Mỹ Hưng:** S1-S3 Khu phố Sky Garden 1, Nguyễn Văn Linh, Q.7 - ĐT: 54.102.474, Fax 54.102.475.
* **Nhà sách Phương Nam Cộng Hòa:** Maximark 15-17 Cộng Hòa, P.4, Q.Tân Bình - ĐT: 38.449.820, Fax: 38.112.319.
* **Nhà sách Phương Nam Parkson Hùng Vương:** TTTM Parkson (tầng 2), 126 Hùng Vương, Q.5 - ĐT: 22.220.225, Fax: 22.220.225.
* **Nhà sách Phương Nam An Phú:** Siêu thị An Phú (tầng 2), 43 Thảo Điền, P. Thảo Điền, Q.2 - ĐT: 37.446.985, Fax: 37.446.987.
* **Nhà sách Phương Nam Tân Sơn Nhất:** Ga đi Quốc Nội, Sân bay Quốc tế Tân Sơn Nhất, P.2, Q. Tân Bình - ĐT: 35.470.494.
* **Nhà sách Phương Nam Ebook Vincom:** TTTM Vincom (tầng B2), 72 Lê Thánh Tôn, P. Bến Nghé, Q.1 - ĐT: 38233549.
* **Phương Nam Online:** www.nhasachphuongnam.com - Hotline: 1900 6656.

• CẦN THƠ: Nhà sách Phương Nam - Cần Thơ: 06 Hòa Bình, P. An Cư, Q. Ninh Kiều, TP. Cần Thơ - ĐT: (0710) 3.813.436 - (0710) 3.813.214, Fax: (0710) 3.813.437.

• NHA TRANG:

* **Nhà sách Phương Nam - Nha Trang:** 17 Thái Nguyên, P. Phước Tân, TP. Nha Trang, Khánh Hòa - ĐT: (058) 3.563.415, Fax: (058) 3.819.958.
* **Nhà sách Phương Nam - Cam Ranh:** Ga đi Sân bay Cam Ranh, TP Nha Trang, Khánh Hòa - ĐT: 058.3703116.

• ĐÀ LẠT:

* **Nhà sách Phương Nam - Đà Lạt:** 18-20 Khu Hòa Bình, TP. Đà Lạt, Lâm Đồng - ĐT: 0633547547, Fax: 063-3822264.
* **Nhà sách Phương Nam Liên Khương:** Ga đi Sân bay Liên Khương, H. Đức Trọng, Lâm Đồng.

• ĐÀ NẴNG: * **Nhà sách Phương Nam - Đà Nẵng:** 252-254, Lê Duẩn, TP. Đà Nẵng - ĐT: (0511) 3.821.470 - 3817.017, Fax: (0511) 3.817.037.

* **Nhà sách Phương Nam - Sân bay Đà Nẵng:** Ga đi Quốc Nội, Cảng Hàng không Quốc tế Đà Nẵng.

• QUẢNG NINH: TTVH Điện ảnh Quảng Ninh, Phố Nhà hát, P. Hồng Gai, TP. Hạ Long, Quảng Ninh - ĐT: (033) 3.819.529.

• QUẢNG NAM: Hội An thư quán: 06 Nguyễn Thị Minh Khai, TX Hội An, Quảng Nam - ĐT: (0510) 3.916.272, Fax: (0510) 3 .916271.

• HUẾ:

* **Nhà sách Phương Nam Phú Xuân:** 131-133 Trần Hưng Đạo, TP. Huế, Thừa Thiên Huế - ĐT: (054) 3.522.000 - (054) 3.522.001, Fax: (054) 3.522.002.
* **Nhà sách Phương Nam Phú Bài:** Ga đi Sân bay Phú Bài, Khu 8, P. Phú Bài, xã Hương Thủy, Thừa Thiên Huế - ĐT: (054) 3.955.446.
* **TTVH Phương Nam - Làng nghề Huế:** 15 Lê Lợi, TP. Huế, Thừa Thiên Huế - ĐT: (054) 3.946.766, Fax: (054) 3.946.768.

• HÀ NỘI:

* **Nhà sách Phương Nam Láng Hạ:** 87 Láng Hạ, Q. Ba Đình, Hà Nội - ĐT: (04) 85.877.013.
* **Nhà sách Phương Nam Garden Mall:** TTTM Garden Mall (S3-08 tầng 3), đường Mễ Trì, xã Mễ Trì, H. Từ Liêm, Hà Nội, ĐT: (04) 37.876.434, Fax: (04) 37.876.433.
* **Nhà sách Phương Nam Vincom:** Vincom Galleries (tầng 4), 114 Mai Hắc Đế, Hai Bà Trưng, Hà Nội - ĐT: (04) 22.225.238, Fax: 04 22.206.168.
* **Nhà sách Phương Nam Nguyễn Chí Thanh:** 76 Nguyễn Chí Thanh, Q. Đống Đa, Hà Nội - ĐT: (04) 37.757.196, Fax: (04) 37.757.197.

• HẢI PHÒNG: Nhà sách Phương Nam - Hải Phòng: Thùy Dương Plaza (tầng 3), ngã 5 sân bay Cát Bi, P. Đông Khuê, Q. Ngô Quyền, TP. Hải Phòng - ĐT: (031) 3722.306, Fax: 3722.305.

NGƯỜI BẮT CHIM LỢN

CHIM LỢN

Truyện ngắn

HOÀNG NHẬT

NHÀ XUẤT BẢN PHỤ NỮ
39 Hàng Chuối - Hà Nội
Tel: (04) 39.710717 - 39.717979 - 39.717980 - 39.716727 - 39.712832
Fax: (04) 39.712830
Email: nxbphunu@vnn.vn

CHI NHÁNH:
16 Alexandre De Rhodes - Q.I - TP. HCM - ĐT: (08) 38.234806

Chịu trách nhiệm xuất bản: **NGUYỄN THỊ TUYẾT**

Chịu trách nhiệm bản thảo: **KHÚC THỊ HOA PHƯỢNG**

Biên tập: **Ngọc Diệp**
Sửa bản in: **Thu Thủy**
Bìa: **Hà Thảo**
Trình bày: **Ánh Vững**

ĐƠN VỊ LIÊN DOANH
CÔNG TY TNHH SÁCH PHƯƠNG NAM
212 Đường Lý Chính Thắng, phường 7, quận 3, Tp HCM
Website: www.phuongnambook.com.vn

Khổ 13 x 21cm, Số ĐKKHXB: 524-2013/CXB/46-34/PN.
Quyết định xuất bản số 87/QĐ-PN ngày 23.04.2013.
In 1.000 cuốn, tại Công ty Cổ phần Thương Mại In Phương Nam.
In xong và nộp lưu chiểu quý II năm 2013.